ಕಾಣೆಯಾದಾಗ ಕಂಡದ್ದು

ಶರ್ಮಿಳಾ ಎಸ್

notionpress
.com

INDIA · SINGAPORE · MALAYSIA

ನಮನಗಳು

ಹೆಚ್ಚು ಓದುವ ಅಭ್ಯಾಸವಿಲ್ಲದ ನಾನು, ನನ್ನ ಕವನಗಳ ಮಟ್ಟ ಎಂತಿರಬಹುದು ಅನ್ನುವ ಅನುಮಾನಗಳಲ್ಲೇ ಕಳೆದುಹೋಗಿ, ಅವುಗಳನ್ನು ಅಚ್ಚು ಹಾಕಿಸುವ ಯೋಜನೆ ಯಾವಾಗಲೂ ಕೈಗೂಡದೆ ಉಳಿದುಬಿಡುತಿತ್ತು.

ನನ್ನ ಕವನಗಳಿಗೆ ಅಗಾಧ ಅದ್ಭುತ ಪ್ರೀತಿ ಮೆಚ್ಚುಗೆ ತೋರಿಸಿದ ನನ್ನ ಸಹಚರ ನನ್ನ ಪ್ರಿಯಕರ ನನ್ನ ಪತಿ ಕಾರ್ತಿಕ್ ಹಾಗೂ ಗೆಳತಿ ರೂಪಶ್ರೀ ರಾವ್ ಗೆ ನನ್ನ ಪ್ರೀತಿಯ ನಮನಗಳು.

ವಾದ ಪ್ರತಿವಾದಗಳ ನಂತರ ನನ್ನ ಭಾವಗಳಿಗೂ ಪದಗಳಿಗೂ ಆಗಿರುವ ನಂಟನ್ನು ಗಟ್ಟಿ ಮಾಡಿಸಿದ ನನ್ನ ಅತಿ ದೊಡ್ಡ ವಿಮರ್ಶಕಿ ನನ್ನ ಅಮ್ಮನಿಗೆ ಅಕ್ಕರೆಯಾದ ವಂದನೆಗಳು.

ಅಮ್ಮ ಕೂಡ ವಿಮುಖಳಾದಾಗ, ತವರಾಗಿ ಸದಾ ಸಲಹುತ್ತಾ ಬಂದಿರುವ ಮಹೇಶ್ ಅಂಕಲ್ ಗೆ ವಿನಮ್ರ ನಮನಗಳು.

ನನ್ನ ಪ್ರಪಂಚವೇ ಮುಳುಗಿತು ಎಂದೆನಿಸುವಾಗ ಸ್ವರ್ಗದ ದ್ವೀಪದಂತೆ ನನ್ನನ್ನೂ ನಮ್ಮ ಮಕ್ಕಳನ್ನೂ ಕಾಪಿಟ್ಟು ಕೊಳ್ಳುತ್ತಾ ಇರುವ ನನ್ನ ಪ್ರೀತಿಯ ಅತ್ತೆ ಸರಸ್ವತಿ ಹಾಗೂ ಮಾವ ನಾಗರಾಜ್ ಅವರಿಗೆ ಅನಂತ ಅನಂತ ನಮಸ್ಕಾರಗಳು. ಅವರಿತ್ತ ಆತ್ಮ ವಿಶ್ವಾಸವಿಂದು ನನ್ನ ಕವನಗಳನ್ನು ಲೋಕಾರ್ಪಣೆ ಗೆ ಕರೆದೊಯ್ದಿವೆ.

ಭಾಷೆಯ ಅಂತರವಿದ್ದರೂ ನನ್ನ ಸಖಿ ಸರ್ವಸ್ವದಂತಿರುವ ಉಜ್ವಲ ರಾವ್ ಈ ಪುಸ್ತಕದ ಮುಖಪುಟ ವಿನ್ಯಾಸ ಮಾಡಿಕೊಟ್ಟಿದಕ್ಕೆ ಪ್ರೀತಿಯ ನಮನಗಳು.

ಭಾಷಾ ಪಾಂಡಿತ್ಯ ಇಲ್ಲದ ನನಗೆ ಅತಿ ಉಪಯುಕ್ತ ಟಿಪ್ಪಣಿಗಳನ್ನು ನೀಡಿ ನನ್ನ ಕವನಗಳನ್ನು ತೀಡಿದ ನನ್ನ ಗುರು ಹೆಚ್. ವಿ. ವೇಣುಗೋಪಾಲ್ (ಸಮುದಾಯ) ಅವರಿಗೆ ಹೃತ್ಪೂರ್ವಕ ನಮನಗಳು.

ಎಲ್ಲರಿಗಿಂತ ಅತ್ಯಂತ ಸಮ್ಯಮದಿಂದಿದ್ದು ಕೈ ಹಿಡಿದು ನಡೆಸುವಂತೆ ಪುಸ್ತಕವನ್ನು ಪಬ್ಲಿಷ್ ಮಾಡಿಸಿರುವ ನೋಷನ್ ಪುಬ್ಲಿಕೇಷನ್ ತಂಡಕ್ಕೆ ನಾನು ಸದಾ ಚಿರಋಣಿ.

Contents

ಎಲ್ಲರೊಳೊಂದಾಗಿ

ಪ್ರೇಯಸಿಯಾಗಿ

ತಾಯಿಯಾಗಿ

ಮಗಳಾಗಿ

ಲೇಖಕಿಯ ಮಾತು

ಪುಸ್ತಕದ ಪ್ರತಿ ಕವನದಲ್ಲೂ ನಿಮಗೆ ಬಹುಶಹ ನಾನು ಅಥವಾ ನೀವೇ ಸಿಗಬಹುದು. "ನಾನು" ಯಾರಾಗಿ ಸಿಗುತ್ತೇನೆ ಅನ್ನುವುದಕ್ಕೆ ಸುಳಿವಾಗಿ ನನ್ನ 3 ಕಾವ್ಯನಾಮಗಳು ಕವನದ ಕೊನೆಯಲ್ಲಿವೆ. ನನ್ನ ಇಲ್ಲಿಯ ವರೆಗಿನ ಬರವಣಿಗೆಯ ಪ್ರಯಾಣ ಈ ವ್ಯಕ್ತಿತ್ವ ಗಳನ್ನು ಹುಟ್ಟುಹಾಕಿದೆ.

ಹನ್ನೆರೆಡು ವರ್ಷದ ಹುಡುಗಿಯಾಗಿದ್ದಾಗಿನಿಂದ ಹಿಡಿದು ಈ ಸಧ್ಯದ ವಯಸ್ಸಿನವರೆಗೂ ನನ್ನನ್ನು "ಬರೆಯಲೇ" ಬೇಕೆಂದು ಒತ್ತಾಯಿಸಿ ಹರಿದು ಬಂದ ಕವನಗಳು ನಿಮ್ಮ ಮುಂದೆ ಸಜ್ಜಾಗಿ ನಿಂತಿವೆ.

ಬದುಕಿನ ಎಲ್ಲಾ ಭಾವುಕ ಸನ್ನಿವೇಶಗಳಿಗೂ ಒಪ್ಪುವ ಒಂದೊಂದು ಕವನ ಇಲ್ಲಿದೆ. ನಿಮ್ಮ ಬದುಕಿನ ಅನೇಕ ಸ್ಥಿತಿಗತಿಗಳಲ್ಲಿ, ಬಹಳ ಆತ್ಮೀಯರೊಬ್ಬರು ಕೊಡಬಲ್ಲ ಮುದ ನಿಮ್ಮ ಮನಸಿಗೆ ಈ ಪುಸ್ತಕ ನೀಡಿದರೆ ನನ್ನ ಪ್ರಯತ್ನ ಸಾರ್ಥಕ.

ಎಲ್ಲರೊಳೊಂದಾಗಿ

ಶಮಾ ಶಾಸ್ತ್ರಿ

"ಪುಟ್ಟಿ, ಅನಿಸಿದ್ದನ್ನ ಸುಮ್ಮನೆ ಒಂದು ಕಡೆ ಬರೆದಿಡುತ್ತಾ ಇರು, ಕಥೆಯೊ ಕವನವೋ ಅಂತೆಲ್ಲ ತಲೆ ಕೆಡಿಸ್ಕೋಬೇಡಾ" ಅಂತ ಹೇಳ್ತಾ ಇದ್ದದ್ದು ನನ್ನ ಅಪ್ಪ. ಆದರೂ ಬರೆದದ್ದನ್ನ ಅಚ್ಚು ಹಾಕಿಸಿದರೆ ಹೇಗಿರಿತ್ತೆ ಅಂತ ಹತ್ತಿರದಿಂದ ಕಂಡದ್ದು, ನನ್ನ ಅಜ್ಜ ಹೆಚ್. ಎಸ್. ಕೃಷ್ಣ ಶಾಸ್ತ್ರಿ ಅವರ ಸಣ್ಣ ಕಥೆಗಳ ಹಳೆಯ ಪ್ರತಿ. ಅವರ ಬಗ್ಗೆಯ ಅಭಿಮಾನದಲ್ಲಿ ಹುಟ್ಟಿದ ಕವಿಮನಕ್ಕೆ ಶಮಾ ಶಾಸ್ತ್ರಿ ಅಂತ ಹೆಸರಿಟ್ಟು ೫ನೇ ಕ್ಲಾಸಿನಲ್ಲಿ ಓದುತಿದ್ದಾಗ ಪುಟಾಣಿ ಪದ್ಯಗಳನ್ನ ಬರೆಯೋಕೆ ಪ್ರಾರಂಭಿಸಿದೆ.

ಪ್ರಪಂಚದ ಯಾವುದೇ ಅಂಶ ವಿಸ್ಮಯ ಅನಿಸಿದರೂ ಅದರ ಬಗ್ಗೆ/ ಸುತ್ತಲೂ ಮನಸ್ಸು ಒಂದು ಕವನ ಕಟ್ಟಿ ಬರೆಸಿದೆ. ಅವುಗಳಲ್ಲಿ ಕೆಲವು ನನ್ನ ನೆಚ್ಚಿನವು ಇಲ್ಲಿವೆ.

ಕವನ - ಕವಿ ಪರಿಚಯ

ನನ್ನ ಕಥೆ ಹೇಳುವುದಿಲ್ಲ,
ನಿನ್ನ ಕಥೆ ಕೇಳುವುದಿಲ್ಲ.
ಬರೆದುಬಿಡೋಣ ಅದೆಷ್ಟು
ಕವನವಾದರೂ ಸರಿಯೇ;
ಬಾ ಹೀಗಾಡೋಣ ಒಂದಾಟ -
ಅಂತರಾತ್ಮದ ಅರಿವಿನಾಟ !

ಹಾದ ಹಲವಾರು ದಾರಿಗಳಲ್ಲೂ
ಪದೇ ಪದೇ ಸಿಕ್ಕ ಅದೇ ಅದೇ
ನಲಿವು ನೋವು ಪ್ರೀತಿ ಪಜೀತಿ -
ಎಲ್ಲವನೂ ಸಾಲಾಗಿ ಕೂರಿಸಿ -
ಬಾ ಹೀಗಾಡೋಣ ಒಂದಾಟ,
ಅಂತರಾತ್ಮದ ಅರಿವಿನಾಟ !

ಕಳೆದು ಕಳೆದು ಅಳೆಯಲಾಗದಷ್ಟು
ಕಾಲ-ಕಲ್ಪನೆ-ಕಾಮನೆ-ಕಾಂಚಾಣ,
ದಕ್ಕಿಸಿಕೊಂಡ ಆಧ್ಯಾತ್ಮದೋಗ್ರಾಣ
ಇಳಿಸಿ ಮರ್ಮಿಕ ಪದಗಳ ಸುಳಿಯಲ್ಲಿ -
ಬಾ ಹೀಗಾಡೋಣ ಒಂದಾಟ,
ಅಂತರಾತ್ಮದ ಅರಿವಿನಾಟ !

ಕಥೆಯಾದರೆ ಹೆಸರು - ಕುಲ -
ಗೋತ್ರ - ಎಲ್ಲದರ ನಂಟು ಬೇಕು;
ಕವನವಾದರೆ ಒಂದು ಅವಳು,
ಮತ್ತವಳ ಅವನು- ಇದ್ದರಷ್ಟೇ ಸಾಕು;
ಬಾ ಹೀಗಾಡೋಣ ಒಂದಾಟ,
ಅಂತರಾತ್ಮದ ಅರಿವಿನಾಟ !

- ಶಮಾ ಶಾಸ್ತ್ರಿ
14.12.2014

ಹಗುರಾಗು ಹೆಣ್ಣೇ ಹಗುರಾಗು

ಹಸಿರು ಬಿಗಿವ ಹುರಿಯಾಗು;
ಹೊಲಸು ನಾಲಗೆಗಳ ಅಂಜಿ -
ಕೊರಳ ಸಿಕ್ಕಿಸುವ ಹಗ್ಗ ವಲ್ಲ;
ಹಗುರಾಗು ಹೆಣ್ಣೇ ಹಗುರಾಗು

ಕತ್ತಲಟ್ಟಲು ಹತ್ತಿಗೆ ತುಪ್ಪವಾಗು;
ತನ್ನನ್ನೂ ತನ್ನವರನ್ನೂ ನೋಡದೆ -
ಊರಿಗೂರನ್ನೇ ಸುಡುವ ಕಿಚ್ಚಲ್ಲ;
ಹಗುರಾಗು ಹೆಣ್ಣೇ ಹಗುರಾಗು

ಮಾತು ಚುಚ್ಚಿ ಗಾಯವಾಗಿ,
ಕಾಲವಾಗಿ ಬಿಕ್ಕುಗಳೆಲ್ಲ ದಾರವಾಗಿ,
ಮೌನ ಬಿಗಿದ ಹೊಲಿಗೆಯಾಗಿ,
ಹಗುರಾಗು ಹೆಣ್ಣೇ ಹಗುರಾಗು

- ಶಮಾ ಶಾಸ್ತ್ರಿ
31.07.2019

ಅಮ್ಮನ ಸಿರಿವಂತಿಗೆಯ ಗಾಜಿನ ಬಳೆಗಳ ಘಲ್ಲಿಲ್ಲ,
ಅವಳ ಸುಳಿವು ಕೊಡೋ ಬೆಳ್ಳಿ ಗೆಜ್ಜೆಯ ಝಲ್ಲಿಲ್ಲ,
ನಗರದ ಆಧುನೀಕರಣದ ನಡುವೆ ಮರೆಯಾದ -
ಮುದ್ದು ಗುಬ್ಬಿಗಳಂತೆ ಹೆಣ್ತನದ ಸಿರಿ ಸಿಂಗಾರವೂ !

ಲಕ್ಷ್ಮಿಯನೊಲಿಸುವ ನೆಪದಲ್ಲಿಡುತಿದ್ದ ರಂಗೋಲಿ -
ಈಗ ಚುಕ್ಕಿಗಳಿವೆ, ಸೇರಿಸುವ ವ್ಯವಧಾನವೆಲ್ಲಿ ?
ದೈತ್ಯ ಕಟ್ಟಡಗಳು ಉಗಿಯುತಿವೆ ಬಿಸಿ ಹೊಗೆ -
ಭೂಷಣಕೆ ಪಕ್ಕದಲೇ ಬೋಳು ಮರ, ಎಲೆಗಳೆಲ್ಲಿ ?

ಅದೆಷ್ಟೋ ಹೆಣ್ಣು ಶಿಶುಗಳ ಹೊಸಕಿಹಾಕಿದ ಒಡಲಲ್ಲೇ
ಹುಟ್ಟಿಸಿದ ಗಂಡಿಗೀಗ ವರಿಸಲು ವಧುವೇ ಇಲ್ಲ !
ಕೋಟಿ ಕೆಟ್ಟ ಕಣ್ಣುಗಳ ದೃಷ್ಟಿ ನುಂಗಿದ್ದ ನಿಂಬೆಗಳ
ಬೀಜಗಳನೇ ಉತ್ತಿ ಎಬ್ಬಿಸಿದ ತೋಟ ತಂದೀತೆ ಲಾಭ ?

- ಶಮಾ ಶಾಸ್ತ್ರಿ
29.08.2009

ಹೊಸ ಬಾಳಿನ ಹೊಸಿಲಲಿ

ವರನಿಗಾಗಲಿ ಉಪಚಾರ;
ಬಳುವಳಿ ಕಾಶಿ ಪೀತಾಂಬರ;
ಅಡವಿಟ್ಟುಕೊಳ್ಳಿ ಅವನಾದರ;
ನಿಮ್ಮಾಚಾರ ವೃದ್ಧಿಸಲಿ ಹೊಸಿಲಾಬದಿಯಲ್ಲಿ...

ವರನ ಬಳಗವೆಲ್ಲರ ಆತಿಥ್ಯ -
ಕೊಂಕಿಲ್ಲದೆ ಸಾಗಲಿ ಸಧ್ಯ -
ನೋಯಬಾರದಿವರು, ನಾಳೆ ಇವ
ಟಿಸಿಲೊಡೆದು ಇವಳೊಡನೆ ಗೂಡ್ಹೂಡಿದಾಗ...

ಸೇರಕ್ಕಿ-ಬೆಲ್ಲ ಚೆಲ್ಲುತ್ತಾ ಬರುವ
ಲಕ್ಷ್ಮಿ ಯ ಮನೆ ತುಂಬಿಸಿಕೊಳ್ಳಿ;
ತವರಿಂದ ತರುವ ಇಟ್ಟಿಗೆಯಿಂದ
ಕಟ್ಟೋ ಮನೆ ಹೆಸರು ನಿಮ್ಮದೇ ಆಗಿರಲಿ...

- ಶಮಾ ಶಾಸ್ತ್ರಿ
08.07.2016

ಕೆಂಪು ಹಸಿರ ಸುತ್ತ

ಮಾತು ಮುರಿದು ಮೂರು ದಿನವಾಗಿದೆ
ತಪ್ಪು ಯಾರದೆಂಬ ಯೋಚನೆಯೂ ಹಳಸಿದೆ
ಪ್ರಶ್ನೆ ಕೇಳಿ ನೀನು ನೆಮ್ಮದಿಯಾಗಿರುವೆ
ಕೆಂಪು ಹಸಿರ ದ್ವಂದ್ವದಲಿ ನಾ ನೀಲಿಯಾಗಿಹೆ

ಎಲ್ಲರ ಒತ್ತಾಯಕೆ ಬಂದಿರುವೆ ಜಾತ್ರೆಗೆ;
ಸೀರೆ-ಜ್ಞುಮುಕಿ-ಬಣ್ಣ ಬಣ್ಣಗಳೇ ಎಲ್ಲೆಡೆ;
ಕೆಂಪು ಬೊಟ್ಟು ಹಸಿರು ಗಾಜಿನ ನಡುವೆ
ನಿನ್ನ ಸಾವನ್ನು ಅರಗಿಸಲಸಾಧ್ಯ ಎನಿಸಿದೆ

- ಶಮಾ ಶಾಸ್ತ್ರಿ
04.08.2011

ಕುರುಡಾಗೋ ಭರದಲ್ಲಿ

=ಪ್ರೇಮ=

ಹರೆಯದ ಚಾಡಿಗಳು
ಉರುಳಿದವು ಸಾಲಾಗಿ
ಅವ ಭುಜವೊಡ್ಡಿ ನಿಂತಾಗ;
ಕುರುಡಾಗೋ ಭರದಲ್ಲಿ
ಮನ ಮರೆತಿತ್ತು ಹೆತ್ತವರನ್ನೂ

=ಸಂಸಾರ=

ಕೊಟ್ಟ ಭಾಷೆ ಕಾಣೆಯಾಗಿ
ಕೊನೆಯಿಲ್ಲದ ಕನಸಾಗಿ
ನನಸೆಂಬ ಭ್ರಮೆಯಾಗಿ;
ಕುರುಡಾಗೋ ಭರದಲ್ಲಿ
ಮೈ ಮರೆತಿತ್ತು ಆತ್ಮವನ್ನೂ

=ಮನ್ನಣೆ=

ತತ್ವಕಾಣದ ಮನ ಹೊರೆಯಾಗಿ

ಸತ್ವವಿಲ್ಲದ ಮೈ ಹಗುರಾಗಿ

ಬೆಲೆಯಿಲ್ಲದ ಹೊನ್ನ ಹೊದ್ದು

ಕುರುಡಾಗೋ ಭರದಲ್ಲಿ

ಪ್ರಜ್ಞೆ ಮರೆತಿತ್ತು ಕೃತಜ್ಞತೆಯನ್ನೂ.

- ಶಮಾ ಶಾಸ್ತ್ರಿ

27.09.2019

ನಾಮಕರಣ

ಅಂಬೆಗಾಲಿಡೋ ಮಗುವಿಗೆ
ಹೆಸರೊಂದಿಟ್ಟು ಬೀಗಿದರು,
ರಸದೌತಣ ಚಪ್ಪರದಡಿಯಲ್ಲಿ;
ಹೆಸರ್ಹೇಳ ಬಾರದಿನ್ನೂ ಮಗುವಿಗೆ.

ಅಂಗಳದಲಿ ಆಯುಷ್ಯ ಹೋಮ,
ಕಪ್ಪು ರಕ್ಷೆ ಏರಿತು ಪುಟ್ಟ ಹಣೆಗೆ;
ದೇವರಿಗಷ್ಟೇ ಅರ್ಥವಾಗುವ ಮಂತ್ರ;
ಕೂತ ಮಂದಿಗೆ ಮುಖ್ಯ ಪ್ರಸಾದ ಮಾತ್ರ.

ಸಿರಿವಂತನಾಗಲಿ ಎಂದರವರು;
ವಿದ್ಯಾವಂತನಾಗಲಿ ಅಂದರಿವರು;
ತಾನೇನೆಂಬುವ ದ್ವಂದ್ವದಲ್ಲೇ ಪಾಪು -
ಅಮ್ಮನ ಸೆರಗಿನಾಚೆಯ ಜಗಕೆ ಬಂತು.

ಹೆಸರು ಮಾಡಲಿಲ್ಲ ಇನ್ನೂ,

ಅವಮಾನ ಹೆಸರಿಟ್ಟವರಿಗೆ;

ವಿಧ ವಿಧವಾಗಿವನ ಹಳಿದರೂ

ತಾಕಲಿಲ್ಲವಾವುವೂ ಇವನ ತಲೆಗೆ !

ಪಂದ್ಯದಂತೆ ಪಡೆದ ಪದವಿಗಿರಿ

ಸರಸ್ವತಿಯ ಸೋಗು ಧರಿಸಿದಂತೆ,

ಸಾಲದಲೇ ಬೆಳೆದ ಸಿರಿವಂತಿಕೆ

ಲಕ್ಷ್ಮಿಯ ಸೋಗಿನಂತೆ ಕಂಡಿತ್ತು ಅವಗೆ !

ಎದುರಿಗೇ ಅವತರಿಸಿ ಕಲಾಮಾತೆ,

ಕೇಳಲು ಹಿತವಾವುದೆಂದು,

ನೆಮ್ಮದಿಯನಷ್ಟೇ ಬೇಡಿದವನ -

"ಕಲಾವಿದ" ಎಂದಳು ದತ್ತು ಪಡೆದು !

- ಶಮಾ ಶಾಸ್ತ್ರಿ
28.11.2012

ನಾಜೂಕು ಜಾಗತೀಕರಣ

ನಾಜೂಕು ಜಾಗತೀಕರಣದ ಅಂಗಳದಲಿ,
ಯಾರೋ ಕಟ್ಟಿ ಇನ್ಯಾರೋ ಇದ್ದು ಹೋದ
ಬಾಡಿಗೆ/ ಭೋಗ್ಯದ ಮನೆಯಂತೆಯೇ;
ಹಡಿದ ಹೆಣ್ಣಿಗೆ ತೋರುವ ಅಕ್ಕರೆಗೂ -
ಮಮತೆ ವಾತ್ಸಲ್ಯಕ್ಕೂ ವಾಯಿದೆ ಇಹುದಂತೆ !

ನಾಜೂಕು ಜಾಗತೀಕರಣದ ಅಂಗಳದಲಿ,
ಪೋಷಣೆಯ ಸೋಗಲ್ಲಿ ಕೋಣೆ ಇಣುಕಿ;
ಊರೆಲ್ಲ ಬಡಿಸುತ್ತ ಗಾಳಿ ಮಾತುಗಳ -
ಒಂಟಿ ಹುಡುಗಿಯ ಸೆರಗಿಗೆ ಬೆಂಕಿ ಇಟ್ಟು
ನಗುವವರ ಮನೆದೇವರು "ರಾಧಾ-ಕೃಷ್ಣ" !

ನಾಜೂಕು ಜಾಗತೀಕರಣದ ಅಂಗಳದಲಿ,
ಹೆಣ್ಣೆಂದು ತಿಳಿದೊಡನೆಯೆ ಪರಂಗಿಗೆ
ಬಲಿಕೊಡುವ ಮಂದಿ ಕೆಲವರಾದರೆ;
ಪ್ರೇಯಸಿಯ ಜಾತಿ ಬೇರೆಯೆಂದೊಡೆ
ಮಗನನ್ನೇ ತ್ಯಜಿಸುವ ಮಂದಿ ಕೆಲವರು !

- ಶಮಾ ಶಾಸ್ತ್ರಿ

04.04.2011

ಬಣ್ಣ ಬೆಳಕಿನಾಟ

ಮಧ್ಯಂತರ ನಂತರ ರಂಗ ಸಜ್ಜಾಗಿದೆ,
ಕೋಣೆಯಲ್ಲಿ ಸ್ಫುರದ್ರೂಪಿ ನಾಯಕ -
ಅಂದದುಡುಗೆ ತೊಟ್ಟು ಬಣ್ಣ ಹಚ್ಚಿ,
ಕತ್ತಲ ಬದಿಯಲ್ಲೇ ಬೆಳಕಿಗೆ ಕಾಯುತಿಹನು...

ಇದುವರೆಗೆ ನಡೆದಾಡಿದ ಪಾತ್ರಧಾರಿಗಳ
ಹೆಜ್ಜೆ ಇನ್ನೂ ರಂಗದ ಮೇಲೆ ಹಬ್ಬಿವೆ;
ಅವರಾಡಿ ಹೋದ ಆಟವೆಲ್ಲ ಮಂದಿಯ
ಮೆದುಳ ಪೆಟ್ಟಿಗೆಯಲಿ ಮುದ್ರಗೊಂಡಿವೆ

ನಾಯಕನು ಮುಳುಗಿಹನು ತನ್ನ ಪಾತ್ರದಲಿ;
ಪ್ರೇಕ್ಷಕರು ಮುಳುಗಿರಲು ಎಲ್ಲಾ ಪಾತ್ರಗಳ -
ತಪ್ಪು ಸರಿಗಳ ವಾದ ವಿವಾದಗಳಲ್ಲಿ;
ಚಲ್ಲಿಯಾಗಿತ್ತು ಬೆಳಕು ಬಣ್ಣಗಳ ನಿರ್ಣಯ !

ಮನಸಿನ ಅಬ್ಬರದ ನಡುವೆ ನೋಟ ಮೌನ;

ನಾಯಕನ ಒಂಟಿ ಪ್ರವೇಶ ಚಲ್ಲಿದ ಬೆಳಗನಪ್ಪಿ,

ಹೆಜ್ಜೆಗಳ ನಡುವೆ ನಿರ್ಣಯವನೊಪ್ಪದ ದ್ವಂದ್ವ

ಹರಿವ ಮುನ್ನವೇ ಆಗಿದ್ದನವ ಖಳ ನಾಯಕ !

– ಶಮಾ ಶಾಸ್ತ್ರಿ

28.05.2015

ಎಲ್ಲಾ ಜಾಣ - ತುಸು ಕೋಣಗಳು !

ಬಣ್ಣವಿಲ್ಲದ ಖಾಲಿ ಶೀಷಿ ಅವಳು
ಒಮ್ಮೆ ನೀರು, ಇನ್ನೊಮ್ಮೆ ಪನ್ನೀರು;
ಮೋಜಿನ ತುರಿಕೆ ತೀರಲು, ಕಡೆಗೆ -
ಕೊಳಚೆ-ಹೊಲಸು-ವಿಷವೂ ಬೆರೆಸಿ;
ಸುರಿದುದ್ದನು ಅಂತೆಯೇ ಕುಡಿಸುವ
ಶೀಷಿಗೆ ಪಾಪದ ಹೊರೆ ಹೊರಿಸುವಿರೇಕೆ ?

ಎಲ್ಲರ ಅಹಮ್ಮಿನಲಿ ಬ್ರಹ್ಮ ನಿದ್ದೆಯೇ,
ಬೆಳಕಿಗೊಯ್ವ ಶಕ್ತಿ ಸರಸ್ವತಿ ದೇವಿಯೇ !
ಧನವಂತ್ರಿಯ ಕೃಪೆಯೆಲ್ಲಿ ಸಿಕ್ಕೀತು -
ಧನಲಕ್ಷ್ಮಿಯು ಒಲಿಯಲು ಒಲ್ಲೆಯೆಂದರೆ ?
ಕುಲ ಕಾಯ್ವ ಹೆಣ್ಣರಸಿಯನೆ ಹೊರೆಯೆಂದು -
ದೂಡಿದರೆ ಕಾಲ್ಕೆಳಗೆ ಉಳಿದೀತಿನ್ನೇನು ?

- ಶಮಾ ಶಾಸ್ತ್ರಿ
02.01.2014

ಅವರಲ್ಲಿನ ನಮ್ಮವರು

ಅಳಲೇ ಬೇಕೆ ಹೋದವರಿಗಾಗಿ ?
ಖಣದ ಅಮಲೇರಿದ ಭಾವಾಂಧರಿಗಾಗಿ,
ಮುಸುಕೆರಚಿ ಉಸುಕಿನಂತೆ ಜಾರಿ -
ತಪ್ಪು ತಪ್ಪು ಹೊರೆಸಿ ಹೋದವರಿಗಾಗಿ !

ಇಲ್ಲಿಯ ಅಮಾಯಕತೆಯ ಕಾವಿನಲ್ಲೇ
ಅಲ್ಲಿ ಆಡಂಬರ ಕನಸುಗಳು ಪಕ್ವ;
ಅಡುಗೆ ಪೂರ್ತಿಯಾದಮೇಲಿದೋ
ಕಾವೂ ಖಾಲಿ, ನನಸಿನ ಪಾಲೂ ಹುಸಿ.

ಕಾರಣದ ಬೀಜ ಬಿತ್ತದೆಯೇ
ಬೇರ್ಬಿಟ್ಟ ದ್ವೇಷದ ಛಾಯೆ -
ಮಾಯವಾದವರ ಸುಳಿವಿಲ್ಲ
ತೊರೆದ ಬಂಧದ ಹೆಣ ನಾಥವೇ.

ಆ ನಮ್ಮವರು ವಿಧಿವಶರಾಗಿಹರು;

ಶವ ಸರಿಸಿ, ಆತ್ಮಕ್ಕೆ ಶಾಂತಿ ಕೋರುತ್ತ

ಅವರಲ್ಲಿನ ನಮ್ಮವರಿಗೆ ವಿದಾಯ –

ನೆನಪಾಗದಿರಲು, ಬುದ್ಧಿಗೊಂದು ತಾಯ್ತ.

– <ಸಾವಿ3

01.09.2013

ಎಲುಬು

1

ವ್ಯಾಧಿಯ ಭಯದಲ್ಲಿ
ಗುಟ್ಟುಗಳ ಬಚ್ಚಿಡುವ
ದೊರೆಸಾನಿಯರಿವರು;
ಕಾಡಿಗೆ ಹಚ್ಚುವುದಿಲ್ಲ,

ನಿರಾಸೆಗಳ ಪೊರೆ ಬಂದ
ಕಂಗಳಿಗೆ ಹೊರ ಹೊಳಪು -
ಪರಂಪರೆಯ ಪರಿಪಾಲಕನಾಗಿ
ಅವನಿತ್ತ ವಜ್ರದ ನತ್ತಿನಿಂದ;

2

ಬರಸೆಳೆದು ಮಯ್ಯೆಲ್ಲಾ
ಬರೆಯೆಳೆದ ನಲ್ಲನ ಅದೇ
ಕೈಗಳಿಗೆ ತುತ್ತಿಡುವವಳ
ಶಕ್ತಿ ಇನ್ನೆಂಥದ್ದೋ ಶಿವನೇ !

ತೊಡೆ ತಟ್ಟಿ ಮನ ಮನೆಯ

ನುಚ್ಚು ನೂರಾಗಿಸಿದ ಅದೇ

ಮಡಿಲಿಗೆ ಕೂಸಿಟ್ಟವಳ

ಪ್ರೀತಿ ಇನ್ನೆಂಥದ್ದೋ ಹರನೇ !

– ಶಮಾ ಶಾಸ್ತ್ರಿ
27.05.2015

ಶ್ಯ !

ತಪ್ಪು ಸರಿಗಳ ಎಣಿಸದೆ
ತಾನೇ ತಲೆ ತಗ್ಗಿಸುವಳು
ಮೇಣ ಅತ್ತು ಮುಗಿವಲ್ಲಿ
ವಾದವೆಲ್ಲವ ಗೀಚುವಳು
ಮೇಜಡಿಯ ಗೆದ್ದಲುದುರದಂತೆ...

ಎಲ್ಲ ಮಲಗಿದ ಮೇಲೆ
ದೂರದ ಮೊಲೆಯಲ್ಲಿ
ಬಿಕ್ಕುವಳು ಚಂದ್ರನಲ್ಲಿ,
ಯಾರಿಗೂ ಕಾಣದಂತೆ,
ತಾರೆಗಳು ಎಚ್ಚರವಾಗದಂತೆ...

ರವಿಗೂ ಮುನ್ನ ಎದ್ದು

ಕರೆಮುಖವ ತೊಳೆದು

ಬೀಗುವಳು ಖುಷಿಯಲ್ಲಿ

ನೋವ ನುಂಗಿ, ದುಗುಡ ತಳ್ಳಿ

ಇಲ್ಲದರಮನೆಯ ರಾಣಿಯಂತೆ...

– ಶಮಾ ಶಾಸ್ತ್ರಿ

16.07.2019

ಪಯಣ

ಜೊತೆ ಸಾಗೋಣ ಬಾ ಬೆಳಕೆ
ದಾರಿ ಮುಗಿಯುವಾ ವರೆಗೆ
ಒಗಟುಗಳ ಬಿಡಿಸುತ್ತ ಬಿಡಿಸುತ್ತ
ಅನಂತಾನಂದದ ಊರಿನ ವರೆಗೆ

ಅರ್ಧ ದಾರಿ ನಾ ತಪ್ಪಿಸುವೆನು
ಸುಳಿ-ಬೇರುಗಳ ಆಳ ಅರಸುತ್ತಾ
ಮಿಕ್ಕರ್ಧ ನೀ ತಪ್ಪಿಸುವಿಯಂತೆ
ಮುಗಿಲ ಅಳಿದು, ನಕ್ಷತ್ರ ಎಣಿಸುತ್ತಾ

ಮುಪ್ಪಿನಲಿ ಮದ ಕೆಡವಿ
ಮರಳೋಣ ಸರಿ ದಾರಿಗೆ
ಕರ್ಪೂರದಂತಹಾ ಗೆಲುವಿನ
ಘಮ ಮಾಯವಾದ ಮೇಲೆ

- ಶಮಾ ಶಾಸ್ತ್ರಿ
27.07.2019

ಮಲ್ಲಿಗೆಯಂತೆ...

ಶಾನುಭೋಗ, ಹೊಳೆ, ಎತ್ತಿನಗಾಡಿ,
ರೈಲು- ಎಲ್ಲವೂ ಅಲಂಕಾರಗಳೇ;
ಆ ಕವನಗಳಿಗೆ ಮಲ್ಲಿಗೆಯಂತೆ,
ಯಾವುದನ್ನೂ ತೆಗಳಲಿಲ್ಲ
ಯಾವುದನ್ನೂ ಹೊನ್ನ ಶೂಲಕ್ಕೇರಿಸಲಿಲ್ಲ;
ಸಮಾಜದ ಪ್ರತಿ ಅಂಶವನೂ
ಇದ್ದಂತೆಯೇ ಪ್ರೇತಿಸುವಂತಾಗಿಸಿದ್ದು
ನಿಮ್ಮ ಸಾಲುಗಳೇ ಮಲ್ಲಿಗೆಯಂತೆ...

ಮೊದಲ ದಿನದ ಮೌನ,
ಆರದಿರಲಿ ಬದುಕೆಂಬ ಪ್ರಾರ್ಥನೆ -
ಎಲ್ಲವೂ ಆ ಮಾಲೆಯ ಮಲ್ಲಿಗೆಗಳೇ
ಮಾತು ಬಿಚ್ಚಲಾರದಾಗ;
ಬಿಕ್ಕಿ ಅಳಲೂ ಆಗದ ಸಾಮಾನ್ಯರ
ಅನಿವಾರ್ಯಗಳಿಗೆ, ಅಳುವ ಕಂದನ
ಪಾಲಿನ ಚಂದಾ ಮಾಮನಂತಿವೆ
ಇಂದಿಗೂ ಆ ಕವನಗಳು ಮಲ್ಲಿಗೆಯಂತೆ...

ಲ್ಯಾಪ್ಟಾಪು, ಸಾಫ್ಟ್ವೇರು,
ಐಟಿ-ಬೀಟಿ, ರಾಕ್ ಮ್ಯೂಸಿಕ್ಕೂ
ಅನಿಸುತಿದ್ದವೇನೋ ಮಲ್ಲಿಗೆಯಂತೆ;
ಇತರರ ಟೀಕೆ ಟಿಪ್ಪಣಿಗಳ ವಾದ
ವಿವಾದ ನಿಷಾದಗಳೇ ಆಗದೆ,
ನಾವೂ ನಮ್ಮ ಸಮಾಜವ ಇರುವಂತೆಯೇ
ಪ್ರೀತಿಸಬಹುದಿತ್ತೇನೋ ನೀವಿಂದು
ಇದ್ದಿದ್ದರೆ ಇಲ್ಲೇ ಮಲ್ಲಿಗೆಯಂತೆ...

- ಶಮಾ ಶಾಸ್ತ್ರಿ
26.01.2015

ತಾಯಿ ಬೇರೆ ಬೇರೆಯೇ. ?

ಶ್ರಮಜೀವಿ ಅಮ್ಮ, ಚೊಚ್ಚಲಿಗೆ -
ಬೆಳೆಯುವ ಆತುರ,
ಹೆಗಲ್ಲೊಡ್ಡೋ ತವಕ,
ರಾಣಿಯಂತಿರಿಸೋ ಧ್ಯೇಯ !

ಮುಗುಳ್ನಗೆಯ ಅಮ್ಮ, ನಂತರದ್ದಕ್ಕೆ -
ಕಂಬನಿಯಿಂದ ಕಾಲೊಡೆತದ ವರೆಗೂ
ಜೊತೆನಿಂತ ಒಡಹುಟ್ಟಿದವ,
ಹಾಯಾಗಿರುವುದಷ್ಟೇ ಧ್ಯೇಯ !

ಚೊಚ್ಚಲು ಬದುಕು ಹೆಣೆಯುತಿರೇ
ನಂತರದ್ದು ಆಗಸಕ್ಕೇಣಿ ಹುಡುಕಿತ್ತು,
ಅದು ಸುಮ್ಮನಾಗುವುದು ಕಲಿತಷ್ಟೂ
ಇದು ರಚ್ಚೆ ಹಿಡಿಯುವುದ ಕಲಿಯಿತು !

ಅಮ್ಮನಿಗೇನು ಬೇಕೆಂಬ ಚಿಂತೆ ಅತ್ತ

ಅಮ್ಮನಿಂದ ದಕ್ಕದರ ಬಗ್ಗೆ ರಾಡಿ ಇತ್ತ

ಸಹಜವೇ, ಪಾಲು ಇತ್ತಗೆ ಹೆಚ್ಚು

ಬಗೆವವನಿಗಲ್ಲವೇ ಸಿಹಿ ನೀರು !

ದುರಾಸೆಯನು ಹಕ್ಕೆಂದು ಕೂಗಿ,

ದುರ್ನಡೆಗೆ ಚೊಚ್ಚಲ ದೂರಿ,

ತಾಯ ತಲೆ ತಗ್ಗಿದರೂ ನೋಡದೆ,

ಕೆಂಪು ಆಕಾಶ ಸೇರಿದ ಮುದ್ದುಮರಿ !

ಇಬ್ಬರ ಬದುಕು, ರೀತಿ ನೀತಿ

ಎಲ್ಲವೂ ವ್ಯತಿರಿಕ್ತವಾಗಿರೆ,

ಇದ್ದದ್ದು ಒಂದೇ ಮಡಿಲಾದರೂ

ತಾಯಿ ಒಬ್ಬಳಲ್ಲ, ಬೇರೆಯೇ !

- ಶಮಾ ಶಾಸ್ತ್ರಿ

13.02.2020

ನೀಲಿ ಮನೆತನ

ರಾಜಿಯ ಕೊಳ್ಳುವ ಕನಸಿಗೆ ಕೊಳ್ಳಿ;
ರಾಜಿನಾಮೆಗೆ ಕಣ್ಮುಚ್ಚಿಯೇ ಸಹಿ;
ಕೂಡಿ ಕಳೆವ ಲೆಕ್ಕ ತಪ್ಪಿತ್ತೆಂಬ ನೆಪ;
ಇದೋ ಸೇರಿತಿನ್ನೊಂದು ಬಾಂಧವ್ಯ
ನೀಲಿ ಮನೆತನಕ್ಕೆ !

ತೆರೆದಿಟ್ಟ ಗಾಯಕ್ಕೆ ಮಾತಿನೌಷಧಿ -
ಇಲ್ಲವೆಂದೋ / ಕೊಡಲೊಲ್ಲೆಯೆಂದೋ;
ಬಿರಿದ ನಿಸ್ಸಾರ ಮೂಕ ಮಂದಹಾಸ;
ಇದೋ ಸೇರಿತಿನ್ನೊಂದು ಬಾಂಧವ್ಯ
ನೀಲಿ ಮನೆತನಕ್ಕೆ !

ಒಡೆದ ಹಾಲು ಮೊಸರು ಹೆಪ್ಪು;
ಒಡೆದ ಬಂಧ ವಾತ್ಸಲ್ಯ ಹೆಪ್ಪು;
ನೀಲಿ ನೀಲಿಯಾದ ರಕ್ತ ಕೆಂಪು;
ನುಂಗುತಿಹ ಬಳಗಗಳೆಲ್ಲ ಆಗುತ್ತಿವೆ
ಮಹಡಿ ನೀಲಿ ಮನೆತನಕ್ಕೆ !

ನಿತ್ಯ ನೈವೇದ್ಯದಲಿ ಪ್ರತ್ಯೇಕ ಹಣ್ಣು

ವಿಮುಖರಾದವರ ಹೆಸರಿನಲ್ಲಿ;

ಹೆಪ್ಪು ತಿಳಿಯಾಗಿ –ದುಗುಡ ಕರಗಿ,

ಮರಳಿ ಬದುಕಿ ಬರಲೆಂದು ಹೇಳಿ

ವಿದಾಯ ನೀಲಿ ಮನೆತನಕ್ಕೆ !

– ಶಮಾ ಶಾಸ್ತ್ರಿ

02.12.2014

ಸಾಕ್ಷಿಗಳ ಒಣಗಿಸುತ್ತಾ

ಅಕ್ಷರದಿಂದ ಅಕ್ಷರಕ್ಕೆ ಸಾಲಿಂದ ಸಾಲಿಗೆ
ಪದದಿಂದ ಪದಕ್ಕೆ ನಂಟು ಸೃಷ್ಟಿಸಿದ್ದು
ನಾನೇ ಎಂಬುದ ಸಾಬೀತುಪಡಿಸೆಂದು
ಬೆದರಿಸುತಿದೆ ಹಳೆ ಹಾಳೆಯ ಒಡೆಯ

ಲೌಕಿಕ ಅಸ್ತಿತ್ವ ಕೊಟ್ಟ ನನ್ನ ಅಂದಕ್ಕಿಂತ
ಭಾವದ ಜೊತೆಗಿನ ನಂಟು ಘಟ್ಟಿಯಾದರೆ
ತೊರೆದುಬಿಡುವೆ ಶಾಶ್ವತವಾಗಿ ಎನ್ನುತಿದೆ
ಕಸದ ಬುಟ್ಟಿ ಅಂಚಲಿ ನಿಂತ ಹಾಳೆ-ಪದಗಳು

ತೇವದ ವಿರುದ್ಧದ ಯುದ್ಧದಲಿ ಸೋತು
ಮಾಸಿದ ದುರ್ಬಲ ದವತಿಯ ಶಪಿಸುತ್ತ
ವಿಧಿ ವಿಕೋಪಕ್ಕೆ ಶರಣೆನುತ ಕೈಚೆಲ್ಲಿ
ಮುಗಿಸಿಹೆನು ವಿವರಣೆಯ ಈ ಕವಿತೆಯಿಲ್ಲಿ

- ಶಮಾ ಶಾಸ್ತ್ರಿ
13.10.2014

ಪ್ರೇಯಸಿಯಾಗಿ

ಸಾವಿ3

ಪ್ರಾಯದಲಿ ಅಲ್ಲಿಲ್ಲಿ ಕಂಡರಿತ ವಿಚಾರಗಳಿಂದ ಕೆಲವು ಒಲವ ಕವನಗಳು ಶಮಾ ಶಾಸ್ತ್ರಿಯ ಬತ್ತಳಿಕೆಗೆ ಸೇರಿವೆ.

ಅವನು ಸಿಕ್ಕ ನಂತರದ ದಿನಗಳಲಿ...

ನನ್ನ ಕವನಗಳ ಓದಿ ಅವನ ಮನಸಲ್ಲಿ ಮೂಡಿದ ಅದ್ಭುತ ಭಾವಗಳೆಲ್ಲವೂ ಅವನು ಹಿಡಿದಿಟ್ಟ ಛಾಯಾಚಿತ್ರಗಳನ್ನು ಹೊಕ್ಕಿ ನೋಡಿದಾಗ ನನ್ನ ಮನಸಿನಲ್ಲೂ ಮೂಡಿತ್ತು. ಆಗಿಂದಾ ಕೆಲವು ವರ್ಷಗಳು <ಸಾವಿ3 ನನ್ನಲ್ಲಿ ತನ್ನ ಪ್ರಪಂಚವನ್ನು ಪಾರ್ಯಟನೆ ಮಾಡಿಸಿ ಹಲವು ಒಲವ ಕವನಗಳಿಗೆ ಕರ್ತೆಯಾದಳು. ಅವುಗಳಲ್ಲಿ ಆಯ್ದ ಕೆಲವನ್ನು ನಿಮ್ಮೆದುರು ಅರ್ಪಿಸುತ್ತಿರುವೆ.

ಗಮನಿಸದಿದ್ದವರಿಗೆ...

“<3” ಒಳಗೆ ಸಾವಿ ಸೇರಿ <ಸಾವಿ3

ಕತ್ತಲಲ್ಲಿ ಬೆಳಕಿದ್ದಷ್ಟೇ ಪ್ರೀತಿ...

ಹಗುರಾದ ಹತ್ತಿಯ ಊರಿನವ,
ವಿಭೂತಿಯಲಿ ಮಿಂದು ಚಿತ್ತಾರವಾದವ,
ತುಪ್ಪದಲಿ ತೇಲಿ ಬಂದಿದ್ದನವ,
ನನ್ನ ಸೇರೋ ಸಲುವಾಗಿ ಕಾದಿದ್ದ ನನ್ನವ !

ನನ್ನಾಗಮನ ತಡವಾಗಿತ್ತೋ ಏನೋ;
ಅದಕ್ಕೇ ಅವನ ಮೈ ಕಟುವಾಗಿತ್ತೋ ಏನೋ;
ನಾ ಸೋಕಿದೊಡೆ ಮತ್ತೆ ಮೆತ್ತಗಾದನು,
ಮುತ್ತಿಟ್ಟು ಮತ್ತಷ್ಟು ಹಬ್ಬಿದೆನು ನಾನು.

ಮಿನುಗುತಿರೆ ನೀ ಬೆಳಗೋ ಭೂಮಿ ಇಂತು -
ನಿನ್ನಂದವಸಾಧ್ಯ ನನ್ನ ಕಲ್ಪನೆಗೆ ನಿಲುಕಲು;
ಅರಳಿ ನಕ್ಕಾಗ ರತಿ ನೀನೆನಲು, ನಾನಂದೆ -
ಕಿಡಿಯಿಂದ ದೀಪವಾಗಿಸಿದಚವನೆ ನೀನು !

ಮಿಲನವದು ಅರೆಘಳಿಗೆಯ ಬದುಕಾಗಿತ್ತು,
ಕತ್ತಲ ತೊಲಗಿಸುವ ನನ್ನಾಸೆ ಕೈಗೂಡಿತ್ತು;
ನನ್ನವನನಂತ್ಯ ನನ್ನಿಂದಲೇ ಎಂಬ ಶಾಪವಿತ್ತು;
ನನ್ನ ಸಾರ್ಥಕತೆಯಲ್ಲೇ ಅವನ ಮುಕ್ತಿ ಸಾಕಾರವಾಗಿತ್ತು !

- ಶಮಾ ಶಾಸ್ತ್ರಿ

02.11.2006

ಜಂಟಿ ವರಸೆ

ವಿರೋಧಗಳ ಮೀರಿ, ವೃತ್ತ ದಾಟಿ -
ರೆಪ್ಪೆ ದಾಟದಂತೆ ಹನಿಗಳ ತಡೆದಿಂಗಿಸಿ -
ಧರ್ಮ ಸಂಕಟವೆಲ್ಲ ಕೋಮಾಗಿಳಿದರೂ,
ಪುಸ್ತಕ ತೆರೆದರೆ ಇನ್ನೂ ಜಂಟಿ ವರಸೆಯಷ್ಟೇ !

ಇವರ ಸರಿಸಿ, ಅವರನಾದರಿಸಿ ನಗು ನಗುತ್ತಾ,
ಅವರ ಮರೆತು ಇನ್ಯಾರನೋ ಆರಾಧಿಸಿ -
ವಿಶ್ವಾಸ ಪಣಕ್ಕಿಡುತ್ತಲೇ ಬಿಡಿಸಿಕೊಂಡು;
ಪುಸ್ತಕ ತೆರೆದರೆ ಇನ್ನೂ ಜಂಟಿ ವರಸೆಯಷ್ಟೇ !

ಪ್ರಾಸದಲ್ಲಿ ಜೀವಬಿಡುತಿದ್ದ ಭಾವಗಳನೆಲ್ಲ,
ಬಿಡಿ ಅಕ್ಷರಗಳಿಗೊಪ್ಪಿಸಿ, ಪದ್ಯ - ಗದ್ಯಗಳ
ದಾಟಿ ಕಾವ್ಯ ಮಹಾಕಾವ್ಯವೇ ಕಟ್ಟಿದಮೇಲೂ;
ಪುಸ್ತಕ ತೆರೆದರೆ ಇನ್ನೂ ಜಂಟಿ ವರಸೆಯಷ್ಟೇ !

ಉಪನಿಷತ್ತುಗಳು ಕರಗತವಾಗಿದ್ದರೂ,

ಇಹ-ಪರ ತತ್ವಗಳ ಅರಿದು ಅರಗಿಸಿಕೊಂಡರೂ,

ಮಾಯಾಮೃಗದ ಎದುರು ಮರೆವು ಸರ್ವಜ್ಞಾನ;

ಪುಸ್ತಕ ತೆರೆದರೆ ಇನ್ನೂ ಜಂಟಿ ವರಸೆಯಷ್ಟೇ !

– <ಸಾವಿ3

28.06.2014

ದುಬಾರಿ ಭೇಲ್ ಪುರಿ

ಪ್ರೇಮಿಗಳ ಮನೆಗಳಿದ್ದರೂ
ಊರಿನೆರೆಡು ತುದಿಗಳಲ್ಲಿ;
ತಪ್ಪದೇ ಸಾಗಿತ್ತು ನಿತ್ಯ ಭೇಟಿ,
ಸೂರ್ಯಾಸ್ತದ ಆರಂಭದಲ್ಲಿ...

ಮಾತಿಲ್ಲದ ಕಂಗಳ ಮಾಯಾ ಲೋಕ
ನೋಡಿದಷ್ಟೂ ಇನ್ನೂ ಇನ್ನೂ ಆಳ;
ಅಮ್ಮನ ಕರೆ ಹರವಿದ ಘಾಬರಿಗೆ
ಸೊಗಸು ಕೆಡಿಸಲು ವಿರಹ ಕಾದಿದ್ದ !

ಸಂಜೆ ರಂಗೋಲಿ ಬಾನ ತುಂಬಿತ್ತು
ಅಲಸೂರು ಕೆರೆ ಇವರನ್ನೆ ಕಾದಿತ್ತು
ದಾರಿಯಲೇ ಅಡ್ಡಗಟ್ಟಿ ಕರೆದಿತ್ತು
ಉಳಿಸಿದ್ದ ಸಲ್ಲಾಪ ಮುಗಿಸಬೇಕಿತ್ತು...

ಕೆರೆಯೆದುರು ಕೇಸರಿ ತಳ್ಳುಗಾಡಿ,
ಕುಸ-ಕುಸಕ್ಕೆಂದ ಪಾತ್ರೆಯ ಪುರಿ,
ಉಪ್ಪು-ಖಾರ-ಹುಳಿ ಅಲಂಕರಿಸಿ,
ಗಡಿ-ಬಿಡಿಯಲ್ಲಿದ್ದಿವರ ಆಹ್ವಾನಿಸಿತ್ತು.

ತಪಲೆಯಷ್ಟು ಹಸಿವಿದ್ದರೇನಂತೆ,
ಆನೆ ಕೊಳ್ಳುವಷ್ಟು ಕಾಸಿದ್ದರೇನಂತೆ
ಸವಿ-ಕ್ಷಣಗಳನೆಲ್ಲಾ ನುಂಗಿ ನುಗ್ಗುತಿಹ
ಮುಳ್ಳುಗಳ ಕೃಪೆ ಇವರಮೇಲಿಲ್ಲವಂತೆ !

- <ಸಾವಿ3

02.10.2011

ರಾಧೆಗದು ತಿಳಿಯಲೇ ಇಲ್ಲ

ಅಂಗಳದಿ ರಂಗೋಲಿ ಬಿಡಿಸಿ ನಿಲ್ಲು,
ಬಂದೇ-ಬರುವೆ ಎಂದಿದ್ದ ಕೃಷ್ಣ.
ರಂಗೋಲಿ ಕೆಡಿಸಿದ ಮಳೆಯ ಶಪಿಸುತ್ತ
ಕುಳಿತ ರಾಧೆಗೆ, ನೀಲ ಮೇಘ ಶ್ಯಾಮನೇ
ಕರಗಿ ಅವಳ ಸೋಕಿದ್ದು ತಿಳಿಯಲೇ ಇಲ್ಲ !

ಮಜ್ಜಿಗೆ ಕಡಿದಿಡಲು ಬಂದೇ ಬರುವೆ
ಎಂದ ಕೃಷ್ಣನು ಮಾತು ತಪ್ಪಿದನೆಂದು,
ಕೋಪಗೊಂಡ ರಾಧೆಗೆ, ಮಜ್ಜಿಗೆಯಿಂದ
ಬೆಣ್ಣೆಯಾಗಿ ಬಂದವಳ ಅಡುಗೆಯಲಿ ಬೆರೆತದ್ದು
ನವನೀತ ಚೋರನೇ ಎಂದು ತಿಳಿಯಲೇ ಇಲ್ಲ !

ಕಾದೂ ಕಾದೂ ಬೇಸರದಲ್ಲೇ ನಿದ್ದೆಗಿಳಿದ
ರಾಧೆಯ ಬಾಯಲಿ ಮರುದಿನವಿದ್ದ ಹಾಡು,
ಕೃಷ್ಣ ತನ್ನೊಲಿಸಲು ಹಾಡಿದ್ದೆಂದಷ್ಟೇ ನೆನಪು,
ಮುಕುಂದನೊಡನೆ ಆಡಿ-ಹಾಡಿದ್ದು -
ಕನಸೋ-ನನಸೋ ರಾಧೆಗೆ ತಿಳಿಯಲೇ ಇಲ್ಲ !

- ಶಮಾ ಶಾಸ್ತ್ರಿ
22.11.2008

ನಂಬೋ ಆಟ

ಸುಮಾರು ಕಾಲವಾಯ್ತು; ಕಳೆದ ಬಾರಿಯ
ನೋವು ಇನ್ನೂ ಹಸಿಯಾಗಿಯೇ ಇದೆ,
ಮನಸು ಹಠ ಮಾಡದೆ ಮಂಕಾಗಿ ಸುಮ್ಮನೆ
ನಾ ಕಾಣೋ ಕನಸಲ್ಲೇ ತೃಪ್ತನಂತೆ ನಟಿಸಿದೆ...

ನನ್ನುಗುರ ಬಣ್ಣ, ಉಂಗುರದ ಹೊಳಪು;
ಆಚೀಚೆ ಹರಡದ ಕಣ್ಕಪ್ಪು, ಅಂಗಿಯ ಬಿಳುಪು -
ಈಚೀಚೆಗೆ ನನ್ನ ಬುದ್ಧಿ ಪೂರ್ಣ ಸ್ಥಿಮಿತದಲ್ಲೇ;
ಗಮನವೆಲ್ಲ ಕೇವಲ ನನ್ನ ಮೇಲೆ ಮಾತ್ರವೇ

ಹಳೆ ಗಾಯ ಬಚ್ಚಿಟ್ಟು ನಗುವುದು ಸಾಕೆನಿಸಿದೆ
ಮೋಸಹೊಗುವಷ್ಟು ನಂಬಿದ ನಂಬಿಕೆ -
ಮತ್ತೆ ಒಡೆದು, ಚೂರುಗಳಾಯುವ ನೆಪದಲ್ಲಿ
ಹೊಸ ಗಾಯ ಮೂಡಿ ಹಳತನು ಮರೆಸಬೇಕಿದೆ.

ಹಚ್ಚಿಕೊಳ್ಳಬೇಕಿದೆ ಹೊಸದೊಂದು ಹುಚ್ಚನ್ನು;
ಮತ್ತೊಮ್ಮೆ ಆಡಬೇಕಿದೆ ನಂಬೋ ಆಟವನ್ನು;
ಹಳೆ ನೋವ ಮಾರಿ ಹೊಸ ಹಠ ಕೊಳ್ಳೋ ಆಟವನ್ನು;
ಮರೆತಿರುವ ನನ್ನತನವ ಮರಳಿ ಪಡೆಯೋ ಆಟವನ್ನು.

- ಶಮಾ ಶಾಸ್ತ್ರಿ
01.03.2009

ಮರಳೂ ಮರುಳೇ !

ಶಿಸ್ತಲ್ಲಿ ಬೆಳೆಸಿದ್ದ ನನ್ನ ಮನಸು,
ನಿಯಮಿತ ಗಾರೆ ಇಟ್ಟಿಗೆಗಳ
ಖಾತೆಯನ್ನೇ ಬಳಸುತ್ತಾ ಬೆರೆಸುತ್ತಾ
ಕಟ್ಟುತ್ತಿತ್ತು ಕನಸುಗಳ ಈ ವರೆಗೆ;
ಮರುಳಾಗಿ ನಿನಗೆ,
ಮರಳಲ್ಲೂ ಅರಮನೆಯ ಕಟ್ಟುತಲಿದೆ
ನೋಡು ಈಗೀಗ...

ದೊಡ್ಡ ಮುಳ್ಳ ಮೇಲೆ ಗಡಿಬಿಡಿಯ ನಾ;
ಚಿಕ್ಕ ಮುಳ್ಳಿನ ಮೇಲೆ ಹಾಯಾದ ನೀ;
ಸೂಜಿ ಮುಳ್ಳು ಬೀಸುತಾ ಸೇರಿಸಿ ನಮ್ಮನು –
ಆಡಿಸುತಿದೆ ಟಿಕ್ ಟಿಕ್ ಟಿಕ್ ತಾಳಕ್ಕೆ...
ಮರುಳಾಗಿ ನಿನಗೆ,
ಮರಳೇಕೆ ಹೇಳುವುದು ಹೊತ್ತೆಂದು,
ಅರಿಯುತಿಹೆ ಈಗೀಗ

ಎಷ್ಟು ದೂಡಿದರೂ ಕಡಲ ತೊರೆಯದ ಅಲೆ

ಮರಳಿನಾಸೆಗೆ ಮನ ಸೋಲದ ಅಚಲ ಪ್ರೀತಿ

ಕೈಬೀಸಿ ಕರೆದಿದೆ ನಮ್ಮನ್ನೂ; ದಂಡೆಯಲಿ

ಈಜು ಬಾರದ ನಾ- ಈಜಲು ಕಾದಿರುವ ನೀ...

ಮರುಳಾಗಿ ನಿನಗೆ,

ಕಡಲನಪ್ಪಿ ಜೋಡಿಯಾಗಿ ಚಂದ್ರನ ಹಿಡಿವ

ಕನಸು ಈಗೀಗ

ಯಾರ ಮೆಚ್ಚುಗೆಯೂ ಬೇಡದ ಈ ಮರುಳು,

ಯಾರ ಒಪ್ಪಿಗೆಗೂ ಕಾಯದ ಈ ಮರುಳು,

ಪ್ರೀತಿಯಾಗಿ ಬೇರೂರಿದೆ ನಮ್ಮಿಬ್ಬರೊಳೂ,

ಜೀವಕ್ಕೆ ಜ್ಯೋತಿಯಾಗಲಿದು ಹಗಲಿರುಳು,

ಮರುಳಾಗಿ ನಿನಗೆ,

ಜಗವೇ ಮರುಳಾಗಿ ಮರುಳೇಸಹಜವಾಗಲೆಂದು

ಬೇಡುವೆನು ಈಗೀಗ

- <ಸಾವಿ3

12.12.2012

ತಪ್ಪಿಯೂ ತಪ್ಪದ ಪ್ರೀತಿ

ಹಿಂದೆ ಮುಂದಿನ ಹೆಜ್ಜೆಗಳ
ಅಂತರ ಅಳೆಯದೆ ನಡೆಯ
ಬಾರದ ಕುರಿಗಳು ಪ್ರೀತಿ ಅಳೆದರೆ,
ಲೆಕ್ಕದ ಆಚಾರ ಭ್ರಷ್ಟವಾಗದೇ ಉಳಿದೀತೆ ?

ಪ್ರೀತಿಯಲಿ ಕಳೆಯುವುದೂ
ಕೂಡುವಂತೆ ಲೆಖ್ಖವಷ್ಟೇ -
ಕಣ್ಣೀರು-ಪನ್ನೀರುಗಳ ತುಲನೆ
ನಗದಿನ ಹಂಗಲಿಹ ಬೆರಳಿಗೆ ತಿಳಿದೀತೆ ?

ಬಾಳೆಲ್ಲ ಕಣ್ಮುಚ್ಚಿ ಅದೇ ರಾಗ
ಅದೇ ತಾಳ ಪಾಡುವ ವಿಧ್ವಾಮ್ಸರಿಗೆ;
ಭಾವವೇ ಬೇಡವೆಂದಮೇಲೆ -
ಭಕ್ತಿ- ಭಯವಲ್ಲದೇ ಪ್ರೀತಿಯಾದೀತೇ ?

ಇಲ್ಲದಂತಿದ್ದ ನನ್ನೊಳಗಿನ ಪ್ರೇಮಿ

ಬುದ್ಧಿಗೆ ನಾಟಿ ಮೈಮುರಿಯುವ

ಆಯಾಮ ಹೊಸದಾದೊಡೆ, ಲೆಖ್ಖ -

ತುಲನೆ - ಹಾಡು ಇದ್ದಂತೆಯೇ ಉಳಿದೀತೆ !

- <ಸಾವಿ3

06.08.2014

ಸ್ವ -ಅರ್ಥ

ಸಹಜ ಹೆಜ್ಜೆಗಳಿಗೂ ಉದ್ದೇಶಗಳನಂಟಿಸಿ;
ಸ್ಥಳಗಳಿಗೆ ನೀ ಹೇಳಿ ಹೋದ ಗುಟ್ಟುಗಳ -
ಬಾಯ್ಬಿಡಿಸಲು ಪಡುತಿರುವೆ ಹರ ಸಾಹಸ;
ಪ್ರತಿಗುಟ್ಟಲು ನನ್ನದೇ ಹೆಸರ ಕೇಳೋ ಸ್ವಾರ್ಥ.

ಎಲ್ಲವನೂ ಸುಂದರಗೊಳಿಸುವ ನಿನ್ನ ಕಂಗಳ
ಪ್ರತಿ ಮಿಟುಕಿನ ಕ್ಷಣದಲೂ ನಾನೇ ಇರುವಾಸೆ
ನೀ ಗ್ರಹಿಸುವ ಛಾಯೆಯಾಗಿ ಪ್ರತಿ ಸೆರೆಯಲ್ಲೂ
ಸ್ಥಳ ದಕ್ಕಿಸಿಕೊಂಡು ಮೆರೆವ ಸ್ವಾರ್ಥ.

ಸ್ವಾರ್ಥಕೂ ಅರ್ಥ ಅಭಿಪ್ರಾಯ ಗುಣಿಸುವ
ಸ್ಥಿತಿಯಲ್ಲಿರುವೆ ನಿನ್ನೊಲವ ಗೂಡಲ್ಲಿ ಬೆಚ್ಚಗೆ;
ಹಾಗೇ ಹಣೆ ಸವರಿ ದೂಡು ರಾತ್ರಿಯೊಡಲಿಗೆ -
ಕನಸುಗಳ ಕವಿತೆ ಹಾಡಿ ಕಿವಿಯಲ್ಲಿ ಮೆಲ್ಲ ಮೆಲ್ಲಗೆ.

- <ಸಾವಿ 3

26.02.2012

ಮರೆತದ್ದೇನು ?

ಹೊತ್ತು ಮರೆಸುವಂತಹ
ಯಾವುದೋ ಮಾಯೆ
ಎಲ್ಲಿಗೋ ಸೆಳೆದೊಯ್ಯುತಿರಲು;
ಕನಸು-ನನಸುಗಳ ಮೀರಿದ,
ಲೋಕಕೆ ಕೀಲಿಯ ಹಿಡಿದು
ಕಾದಿದ್ದ ನಿನ್ನ ಮರೆಸಿರಲು;
ಮರೆತದ್ದೇನು ಎಂಬ ಸಣ್ಣ ಕೂಗು ನನ್ನಲ್ಲಿ

ದಿನ ಮುಗಿದು ಕತ್ತಲು ಕವಿದು
ದಣಿವು ಕುಗ್ಗಿಸುತಿರಲು;
ದಾರಿ ಮುಗಿದು ಶಿಖರ ಸಮೀಪಿಸಿ
ನನ್ನನೆದುರುಗೊಳ್ಳುತಿರಲು;
ನೆಮ್ಮದಿಯ ನಿಟ್ಟುಸಿರು
ಸಂತಸವಾಗಿ ನಾ ನಲಿದಾಡುತಿರಲು;
ಮರೆತದ್ದೇನು ಎಂಬ ಸಣ್ಣ ಕೂಗು ನನ್ನಲ್ಲಿ...

ಮುಟ್ಟಿದ್ದೆಲ್ಲ ಚಿನ್ನವಾದರೂ

ಮನಸು ಮರುಗಟ್ಟಿರಲು

ಗೆಲುವೆ ತುಂಬುತ್ತುಳುಕುತ್ತಿರಲೂ

ಮುಖದ ಗೆಲುವೇ ಮಾಸಿರಲು

ಬಾರದೆ ಕಾಡೋ ನಿದಿರೆಯಲ್ಲಿ

ನೀನಿಣುಕಿದಾಗ ಜೀವ ಬಂದಂತಾಗಿರಲು

ಮರೆತೇ ನಿನ್ನ ಎಂಬ ದೊಡ್ಡ ಕೊರಗು ನನ್ನಲ್ಲಿ...

— ಶಮಾ ಶಾಸ್ತ್ರಿ
19.07.2008

ಅಂಟು ಉಳಿವಷ್ಟು ಪ್ರೀತಿ

ಮಿಂಚಡಿ ಕಂಡ ಪ್ರೇಮಿ
ಸದಾ ಮರೆಯಲ್ಲೇ ಇರೆ;
ಮರೆಯದೇ ಆ ಗುರುತು
ನೆರಳ ಬೆರಳ ಹಿಡಿದು ಕಾದರು,
ಅದೇ ಮಿಂಚ ಬೆಳಕಿಗಾಗಿ !

ನಂಟು ಗಂಟು ದಾಟಿ
ಮಾತು ಅರ್ಥ ಕೋಪಕಂಟಿ
ಕೂಗಲಿ ಕೇಳಿದ ಕಹಿಗಳ ಮೀರಿ
ಭಾವ ಸತ್ಯಾಸತ್ಯಗಳ ಅರಸಿದರು,
ಮನದ ಮೌನಗುಹೆಯಲ್ಲಿ !

ನಿದ್ದೆಗೆ ಸಿಕ್ಕ ಕನಸಿನಂತೆ ಪ್ರೀತಿ;
ಕನಸು ಅಂಟಿದ್ದ ನೆನಪೇ ಅದರ ಶಕ್ತಿ;
ಕನಸ ಉಳಿವು ಎದ್ದ ಚಿತ್ತದಲ್ಲಿ;
ಸಾಧ್ಯಾಸಾಧ್ಯಗಳ ಶೋಧಿಸಿದರು,
ಶಾಶ್ವತ ಪ್ರೀತಿಯ ನಂಬಿ ಕೆಡದವರು !

– <ಸಾವಿ3

14.11.2020

ಕರಗು ಮೋಡಗಳ ಹಾರೈಕೆ

ಬೆಟ್ಟಗಳ ಮೇಲೆ ಮುಗಿಲು ಮೋಡಗಳ
ಹರವುಹಾಕಿಹುದಂತೆ ನಮಗಾಗಿ, ಬಾ...
ಸಹಚರ ನೀ ನನ್ನ ಜೊತೆಯಿದ್ದರೆ
ಸಹಚಾರ ಸ್ವರ್ಗಕ್ಕು ಮಿಗಿಲಾಗುವುದು ಬಾ...

ಮಳೆಬರುವ ವರೆಗೂ ಹಾರಾಟವಲ್ಲೇ,
ನಿನ್ನ ಮಡಿಲಲ್ಲಿ ಸಕ್ಕರೆ ನಿದ್ದೆ ಅಲ್ಲೇ;
ನಾವು ಬಂದ ದಾರಿಯ ಹೆಜ್ಜೆಗಳ -
ಗುಟ್ಟು ಹೇಳಿದಂತಿದೆ ಈ ಮೋಡಗಳು...

ಅರ್ಧ ಘಂಟೆ ನಿನ್ನ ಕಂಗಳಲಿ -
ತನ್ನ ಕಂಡುಕೊಳ್ಳಲು, ಸಿಡಿಲಿಗೂ
ಬೆಚ್ಚದೆ ಶೀತ ಜ್ವರ ಹೊದ್ದು ಓಡಿ
ಬರುತ್ತಿದ್ದ ಅಭಿಸಾರಿಕೆಗೆ ವಿಶ್ರಾಂತಿ ಇನ್ನು...

ಗಾಯಗಳ ಮಾಗಿಸಿದೆ ಅರಿಶಿನ ನೀರ;
ಪಟ್ಟಾಭಿಶೇಖಕ್ಕೆ ಸಜ್ಜಾಗಿಹಳು;
ಬಿಗಿದಾಯ್ತು ಮೂರ್ಗಂಟು;
ಸ್ವತಂತ್ರವಿನ್ನು ಅಡವಿಟ್ಟ ರೆಕ್ಕೆಗಳು...

ಈ ಮುಂಗಾರು ಹಿಂದಿನಂತಲ್ಲ;
ನಾನಿದ್ದಲ್ಲೇ ನೀನೂ, ವಿರಹವಿಲ್ಲ;
ನಮ್ಮೊಲವ ಗೂಡಲ್ಲೇ ಕೂತ;
ಹನಿಗಳ ನೋಡೋಣ ಬೆಚ್ಚಗೆ ಆತು.

- <ಸಾವಿ 3
04.07.2014

ತಾಯಿಯಾಗಿ

ಶಮ್ಮಾ

ವೃಷಾಂಕ್ ಮತ್ತು ಅನ್ನಪೂರ್ಣ ಗೆ, ತುಂಬು ಹೃದಯದ ಕೃತಜ್ಞತೆಗಳೊಂದಿಗೆ
ಈ ಭಾವದ ಉಡುಗೊರೆ.

ಮಗನ ಕರೆಯಿರೇ...

ರಗಳೆ ತಾಳದೆ ಗುಮ್ಮನ ಕರೆದ
ಅಮ್ಮಯ್ಯ ನಿನ್ನ ದಮ್ಮಯ್ಯ,
ಕರೆಯೇ ಆ ಗುಮ್ಮನ್ನ ಮತ್ತೊಮ್ಮೆ;
ಮಗ ಬರಲಿ ಹಾಗಾದರೂ ತೋಳಿಗೆ.

ಉಂಬಲೊಲ್ಲೆಂದಾಗ ಚಂದ್ರನ್ನ ಕರೆದ
ಅಜ್ಜಮ್ಮ, ಕರಿಯೇ ಈಗಿಂದೀಗಲೆ ಅವನ;
ಹುಡುಕಾಟದಿ ಸೋತಂತಿದೆ ಪ್ರಪಂಚ;
ಮಗನ ಮೊಗವ ಕಾಣಬೇಕು ಅವನಲ್ಲಿ.

ಮುಸ್ಸಂಜೆ ಮುಖಸಣ್ಣ ಮಾಡಿ ಕುಳಿತಾಗ
ಪದ್ಯವ ಹಾಡಾಗಿಸಿ ನಗಿಸಿದ ಅಪ್ಪಯ್ಯ,
ತುತ್ತೂರಿ ಕೊಂಡ ಕಸ್ತೂರಿಯ ಕರೆಸೋ;
ಮಗ ಕೇಳಿ ಕುಣಿಯುತ್ತ ಬರುತಾನೇನೋ...

- ಶಮ್ಮಾ
27.02.2019

ಕೃಷ್ಣ

ಮುಂಗುರುಳು ಮುದ್ದಾಗಿ
ಹಣೆಯನ್ನಾವರಿಸಿದಾಗ;
ಕಾಲ್ಬೆರಳ ಕೈಲೆತ್ತಿ ಬಾಯ್ಗಿಟ್ಟು
ಕಣ್ಣೆತ್ತಿ 'ನೋಡಿಲ್ಲಿ' ಎಂದಾಗ
ಕೃಷ್ಣಾ ಎನ್ನುವಳು ಸುಲಭದಿ ಅಮ್ಮ...

ಕಾಳಿಂಗನ ಹೆಡೆ ಮೆಟ್ಟಿ
ಪೂಥನಿಯ ವಿಷವರಗಿಸಿ
ನರಕಾಸುರನ ಕೊಲ್ಲುವೆನೆಂದರೆ
ಬಿಡುವಳೇ ಕಲಿಯುಗದಲಿ,
ತನ್ನಷ್ಟೂ ಬದುಕ ನೋಡ ಬಿಡದ ಅಮ್ಮ !

ಅಂಬೇಗಾಲಿಟ್ಟು ದಾಟಿ ಹೊಸಲಾ
ಅಮ್ಮಾ ಎಂದಾಗುಕ್ಕಿ ಬರುವ
ಮಮತೆಯಾ ಸೆಲೆ ಆಡಿಸುವ
ಉಲ್ಲೇಖ ಬಲು ಸಲೀಸು,
ಕೃಷ್ಣ ಎನ್ನುವಳು ಸುಲಭದಿ ಅಮ್ಮ...

ಧರ್ಮ ಕಾಯಲು ಹೋಗಿ

ಅಶಕ್ತರಿಗೆ ಶಕ್ತಿ ಸಾರಥಿಯಾಗಿ

ತನ್ನವರ ರಕ್ಷಿಸಲು ಗೋವರ್ಧನ

ಗಿರಿಯೆತ್ತುವೆನೆಂದರೆ ಬಿಡುವಳೇ ?

ತನ್ನ ಸೆರಗಲ್ಲೇ ಕಟ್ಟಿರಿಸುವ ಈ ಅಮ್ಮ !

- ಶಮ್ಮಾ

03.01.2015

ಪಾಪು. ಶ್ರೀ

ನಿದ್ದೆ ಮುಗಿದು ಮೈಮುರಿದರೆ
ಗಿಡವೊಂದು ಮರವಾದಂತೆ
ನಿದ್ದೆಯಲಿ ನಕ್ಕರೆ ಚಂದ್ರೋದಯ
ಕಣ್ ಬಿಟ್ಟು ನಕ್ಕರೆ ಸೂರ್ಯೋದಯ

ನಾಲ್ಕು ಗುಲಾಬಿ ಮಣಿ ಪೋಣಿಸಿ
ಹೆಬ್ಬೆರಳ ಪಕ್ಕವಿಟ್ಟ ಪಾದಗಳು
ತುಟಿ ಬಿಗಿಯಲು ಕಷ್ಟವಾಗಿಸುವ
ತೂಗುವ ಕೆಂಪು ಗುಂಡು ಕೆನ್ನೆಗಳು

ನೆರಳು ಬೆಳಕ ದಿಟ್ಟಿಸೋ ಪಾಪು
ನಮ್ಮೆಲ್ಲರ ಮನದ ಸಿರಿ ಪಾಪು ಶ್ರೀ
ಅಂಬೆಗಾಲಿರಲಿ ಬೋರಲೇ ಬಿದ್ದಿಲ್ಲ -
ಮಿಸುಕಾಟದಿ ಮಂಚ ದಾಟೋ ಮಿಸ್ಕಿ !

- ಶಮ್ಮ
09.05.2021

ಕಂದಾ ನಿನ್ನ ಬಿಟ್ಟಿದ್ದಾಗ

ಸೆರೆಯಾಗಿಹ ನನ್ನ ನಗುವ,
ಪಟದಿಂದ ಬಿಡಿಸಿ ತಂದಾ
ಕಂದನ ನಗು ನಲಿದಿದೆ -
ನನ್ನ ಫೋನಿನ ಚಿತ್ರಗಳಲ್ಲಿ.

ಅವರೆಲ್ಲರ ಅಕ್ಕರೆಯ ರಾಶಿಯಲ್ಲಿ
ನನ್ನ ಮರೆಯುವನೆಂಬ ಭೀತಿಯಲಿ;
ತುತ್ತು ತುತ್ತಿನ ನಡುವೆಯೂ
ಬಿಕ್ಕಳಿಕೆಯ ಬಯಕೆ ಮನದಲ್ಲಿ.

ಕನಸಿನ ರೆಕ್ಕೆಯ ಹತ್ತಿ ಹೋಗುವೆ;
ಮತ್ತೆ ಮತ್ತೆ ತಬ್ಬಿ ಮುದ್ದಾಡಲು,
ಮನಸಾರೆ ನಗಲು, ಅವನ ಕೇಕೆಯ
ನಡುವೆ ಫಟ್ ಅಂತ ಕೊಡುವಾ ಏಟಿಗೆ.

- ಶಮ್ಮಾ

09.10.2018

ಯಶಸ್ವಿನಿ !

ಸಸಿ ನೆಟ್ಟು ಆರೈಕೆಗಳಾಗಿ
ಹೂ ಬಿಟ್ಟು ಕಾಯಾಗಿ - ಕಾಯಿ
ಹಣ್ಣಾಗುವ ಕಾಲಕ್ಕೆ ಮಾಲಿಯ
ಹೆಮ್ಮೆಯ ಗರಿಗೊಂದು ಪುಕ್ಕ.

ರಾಟೆ ತಿರುಗಿಸ್ತಾ ತಿರುಗಿಸ್ತಾ
ಕೆಡದಂತೆ ಕೊಡದಾಕಾರವೆಲ್ಲೊ;
ಮಾಡಿ ಮುಗಿಸಿದ ಕುಂಬಾರನ
ತೃಪ್ತಿ, ಕೊಡ ಅಡುಗೆಗಾದಾಗಲೇ.

ಅಳುವ ವಿಧಗಳು ಹೆಚ್ಚಾಗಿ
ಒದೆಯುವ ಕಾಲ್ಗಳು ಬಲವಾಗಿ
ಆ-ಊ ಗಳನೆಲ್ಲ ಪೋಣಿಸುತ್ತ
"ಅಮ್ಮ" ! ಎಂದಷ್ಟಕ್ಕೆ ಯಶಸ್ವಿನಿ ನಾನು.

- ಶಮ್ಮ
02.03.2016

ಮಗ-ಮಗಳು

ಮನದ ವನದ ತುಂಬೆಲ್ಲಾ ಅವನು
ಹಬ್ಬಿಸಿದ ಹೂಗಳನಾಯ್ದು
ಮೋಹ ದಾರದಿ ಕಟ್ಟಿ - ಕೊಟ್ಟವಳು.

ಮೋಡದ ಅಡಿಯಿಂದೆಳೆದು,
ಅವನು ಮನೆಗಿಳಿಸಿದ ಚಂದ್ರನಿಗೆ,
ಭಾಗ್ಯದ ಚಂದ್ರಿಕೆಯಾದವಳು.

ಬಾಳ ಎಲೆಯ ತುಂಬೆಲ್ಲಾ -
ಅವನು ಬಡಿಸಿಟ್ಟ ವೈರಾಗ್ಯದಮೃತಕೆ,
ಅರಿಷಡ್ವರ್ಗಗಳನೆ ಆಮಂತ್ರಿಸಿದವಳು.

ಯಾರೂ ಇಳಿಯದಷ್ಟಾಳದಲಿ
ಅವನು ಹುಡುಕಿದ ಆನಂದದಂಗಡಿಗೆ
ಹೊಳೆವ ಕಂಗಳ ಕೀಲಿ ಕಯ್ಯಲಿಟ್ಟವಳು.

- ಶಮ್ಮಾ

23.08.2021

ಸೋಲದಿರಲಿ ಚಂದಿರಾ

ತಂಪಾದ ರಾತ್ರಿಯ ಮುಷ್ಟಿಯಲಿ
ಎಷ್ಟೆಲ್ಲಾ ವಿಸ್ಮಯಕಾರಿ ಪ್ರಶ್ನೆಗಳು !
ಕೋಟಿ ತಾರೆಗಳ ಮಧ್ಯೆ ನಿಂತು
ಉತ್ತರಗಳ ಕಟ್ಟಿ ಕೊಡದಿದ್ದರೆ
ಚಂದಿರ ನ ಸೋಲು !

ಚಿಗುರುವಾಗ ಲೋಕ ಕಾಣದಷ್ಟು ಕುರುಡು
ಬೆಳೆದು ಬಲಿವಾಗ ಪ್ರೇಮಕ್ಕೆ ಕಣ್ಣುಂಟು;
ಮಾನಾಪಮಾನಗಳ ಝುಂಜಾಟದಡಿ -
ಮನಸ್ತಾಪದಲಿ ಬೆಂದ ಪ್ರೇಮಿಗಳ
ಮನ ಸೇರೊ ಮದುವೆ ಆಗದಿರೆ -
ಚಂದಿರ ನ ಸೋಲು !

ಚಾಕರಿಗೆ ಆಯಾ, ಆಕೆಗೊಂದು ಬಾಳು;
ಬೆಚ್ಚುಗಂಬಳಿಯಡಿ ಥಣ್ಣಗಡಗಿಹ ತಾಯಿ;
ಬೆಚ್ಚುತಿಹಳು ಕಾಣದಲೆಗಳ ಊಹೆಯಲಿ;
ಎಳೆಯ ಅರಳು ಕಂಗಳಲಿಲ್ಲ ಹೊಳಪು;
ಮಮತೆಯ ಹೊತ್ತಿಸಲಾರದಿರೆ -
ಚಂದಿರ ನ ಸೋಲು !

- ಶಮ್ಮ
10.12.2015

ಅಮ್ಮ ಖಾಲಿ ಆಗಿದ್ದಾಳೆ !

೧

ಕೊಟ್ಟ ಹೆಣ್ಣು ಕುಲಕ್ಕೆ ಹೊರಗೆಯೇ,
ಹೋದ ಮನೆಯ ದೀಪದ ಬೆಳಕಿವಳೇ;
ಯಾರನ್ನೂ ಎದುರು ಹಾಕಿಕೊಳ್ಳದೆ,
ಮಾತು ಮೌನದ ತಕಡಿಯ ತೂಗಿಸುತ್ತ -
ಬಂಧುಗಳ ಬಾಂಧವ್ಯ, ಕತ್ತು ಬಿಗಿಯದಂತೆ.

ಉಸಿರಿರುವ ವರೆಗೂ ಈಸಿ ಜಯಿಸುವ -
ಬೊಂಬೆ ಈ ಹೆಣ್ಣು, ಸೊಸೆ- ಸತಿಯಾಗಿ;
ಅಪ್ಪಣೆ ಆಕ್ಷೇಪಣೆಗಳ ಪಳಗಿಸುವ ಚತುರೆ;
ಬರಲು ಕಾಯುತಿಹ ಮುದ್ದು ಜೀವಕ್ಕೆ
ಓಗುಡುವ "ಅಮ್ಮ" ಇಲ್ಲಿ ಖಾಲಿಯೇ ಆಗಿದ್ದಾಳೆ !

೨

ಕೊಟ್ಟರೆ ತಾನೇ ಕುಲಕ್ಕೆ ಹೊರಗು,
ಸೂತ್ರಕ್ಕೆ ಸಿಕ್ಕರೆ ತಾನೇ ದೊಂಬರಾಟ;
ಮೂರು ಗಂಟಲ್ಲಿ ಜಂಟಿ ಆಗಲು ಒಲ್ಲದ,
ಯಾರ ಹಂಗೂ ಬೇಡದ ಈ ಸಬಲೆಯ
ಬದುಕು ಒಂಟಿಯೇ ಆಗಬೇಕೆಂದಿಲ್ಲವಲ್ಲ !

ಬೇಕಾದ್ದು ಕೊಂಡು ಕೊಡಿಸುವ ಸಾಮರ್ಥ್ಯ,
ಸಾಧನೆಯ ಕಲಿತು ಕಲಿಸಬಲ್ಲ,
ಲೋಕ ಕಲ್ಯಾಣಕ್ಕಾಗಿ ದುಡಿಯುವಳು ಸದಾ;
ಹೆಣ್ತನ, ಆದಿ ಅಧ್ಯಾಯದಲ್ಲೇ ಹೆಪ್ಪುಗಟ್ಟಿದೆ;
ಮಮತೆಯ ಪುಟದಲ್ಲಿ "ಅಮ್ಮ" ಖಾಲಿಯೇ ಆಗಿದ್ದಾಳೆ !

೩

ಬೇಕೆಂದು ಬೇಡಲು ಬಾರದ ಕಾಲದಲ್ಲೇ
ಆರೈಕೆಯ ತುಂಬಿ ಹರಿಸಿದ ಸಾಧ್ವಿ ಮಣಿ;
ನಿಂತಲ್ಲೆ ಕೂತಲ್ಲೇ ಜಾತ್ರೆ ಕರೆಸುವಂತೆ
ಅರಮನೆಯ ಕಥೆ ಹೆಣೆದ ಕವಿ ಶಿರೋಮಣಿ;
ಬೇಲಿಯಿಲ್ಲದ ಮುಗಿಲಿಗೆ ಎತ್ತೆಸೆದಿದ್ದ ತಾಯಿ -

ರೆಕ್ಕೆ ಹಚ್ಚಿ, ಬಣ್ಣಗಳನಲಂಕರಿಸಿದ ಹಿಗ್ಗಿನರಸಿಗೀಗ
ಜಾತಿ-ಕುಲ, ಸಾಮಾಜದ ಚೌಕಟ್ಟೇ ಮುಖ್ಯ,
ಬಾರದ ಗೊಗ್ಗಯ್ಯನ ಅಟ್ಟುವಲ್ಲೇ ನಿರತಳು;
ಆರೈಕೆಗೆ ದಾಕ್ಷಿಣ್ಯದ ಸೆರೆಮನೆ ಕಟ್ಟಿ, ಹಾರಲು ಬಿಡದ
ಪುಕ್ಕಲು ಮುದ್ದೆಯಲಿ "ಅಮ್ಮ" ಖಾಲಿಯೇ ಆಗಿದ್ದಾಳೆ !

- ಶಮಾ ಶಾಸ್ತ್ರಿ
12.01.2015

ಮರಳದ ಮರಿಗಳ ಮನೆ ಗೋಡೆಯಲಿ

ಬಳಗದಲೆಲ್ಲಾ ಗುಲ್ಲಾದ ಸುದ್ದಿ –
ವಿದೇಶದಲ್ಲೇ ಕೆಲಸ, ಕಾರು ಮನೆ ಎಲ್ಲ;
ಅಡುಗೆ ಇಂದ ಬಾಣಂತನದ ವರೆಗೂ ತಾವೇ;
ಆದರೂ ಅನಾಥರೇನಲ್ಲ, ಒಂಟಿಯಷ್ಟೇ !

ಸ್ವದೇಶದಲ್ಲೇ ಕುಗ್ಗುತಿರುವ ಅಪ್ಪ – ಅಮ್ಮ –
ಪಟ್ಟ ಗರ್ವ, ಕಣ್ಣನ್ನೇ ಮಂಜಾಗಿಸತೊಡಗಿದೆ;
ಬಾಗಿಲಲ್ಲಿರದ ಸದ್ದು-ವಾರದ ಕರೆಯಲ್ಲಿದೆ,
ಗಾಜು ದಾಟದ ಮುತ್ತು, ನಿಗಧಿತ ಮಾತು.

ಗುಂಡನ ಊಟದ ತಟ್ಟೆ, ಪುಟ್ಟಿಯ ಗೆಜ್ಜೆ,
ಪಗಡೆ ಹಾಸು ಧೂಳು ಹಿಡಿದು ಬಿದ್ದಿವೆ;
ಇಬ್ಬರಿಗಿಂತ ಹೆಚ್ಚು ಅಡುಗೆ ಮಾಡುವುದು
ಮರೆತಂತಾಗಿದೆ ಅಮ್ಮನ ಕೈಗಳಿಗೆ !

ಸಂಸಾರ ಬೆಳೆಯುವ ಸೂಚನೆ ಅಲ್ಲಿ,
ಬಾಣಂತಿಯ ಶೀತಕ್ಕಿಲ್ಲ ಅಕ್ಕರೆಯ ಕಾವು,
ಮೊಮ್ಮಗುವಿಗಾಗಿ ಹೊಲಿವ ಕುಲಾವಿಗೆ
ಸೂಜಿ-ದಾರ ಪೋಣಿಸುವರಿಲ್ಲ ಇಲ್ಲಿ !

ಕೊನೆಯಾಸೆಯೊಂದಿಹುದಂತೆ ಇವರಿಗೆ;
ಮರಳದ ಮರಿಗಳ ಗೂಡಿನ ಗೋಡೆಗೆ
ತೂಗುಬೀಳಲು – ಅವರುಗಳ ಗಮನ
ಗೌರವ ಸಿಗಬಹುದೇ ಎಂಬ ಚಿಂತೆ !

– ಶಮಾ ಶಾಸ್ತ್ರಿ
14.10.2009

ಮಗಳಾಗಿ

ನಾನು ಅಮ್ಮ

ಅಡಿಕೆ ನಿನಗೆ, ಸಕ್ಕರೆ ನನಗೆ;
ಮೈಸೂರೆಲೆ ನಿನಗೆ, ತೊಟ್ಟು ನನಗೆ;
ಒರಗು ದಿಂಬು ನಿನಗೆ, ನಿನ್ನ ಮಡಿಲು ನನಗೆ;
ಕಣ್ಕಪ್ಪು ನಿನಗೆ, ದೃಷ್ಟಿ ಬೊಟ್ಟು ನನಗೆ.

ನಿನ್ನ ಕೈತಪ್ಪಿಸಿ ಹಾರಿ ಹೊಸ ಹಸಿರ -
ತಂದಿರಿಸುವ ಉಪಾಯ ನನಗೆ;
ನಿನ್ನ ಅನುಭವದ ಕವಚವಿಲ್ಲದಿರೆ
ಪೆಟ್ಟು ಬಿದ್ದೀತೆಂಬ ಚಿಂತೆ ನಿನಗೆ.

ಕಡೆಗೊಮ್ಮೆ ಸೂತ್ರ ಕಳಚಿ; ಹೊಸ
ಜಗತ್ತಿಗೆ ಕಾಲಿಡುವ ಕನಸು ನನಗೆ;
ನನ್ನ ದಾರಿ ಕಾಯುತ್ತಾ, ನೆನಪುಗಳ
ಕಲೆಹಾಕಿ ಜೋಡಿಸೋ ಕನಸು ನಿನಗೆ.

ಜೀವನ ಚಕ್ರದ ಮಾಯಾ ಛಾಯೆ
ಪಟದ ಸೂತ್ರವಿದೋ ನನ್ನ ಕೈಲೀಗ
ಕಟ್ಟಿಟ್ಟ ನೆನಪು-ಬುಟ್ಟಿ, ಪುಟಾಣಿಯ
ಎದುರು ತೆರೆದಿಡುವ ನನಸು ನಿನಗೀಗ.

ಪಟದ ಹೊಣೆ ಹೊರುವ ಬರದಲ್ಲಿ
ನಿನ್ನ ಕಡೆ ಗಮನ ತೊರೆವ ಭಯ ನನಗೆ;
ಸೂತ್ರ ಹಿಡಿದಾಗ ಹಿಂದೆ ನೋಡದಿರೆನ್ನುತಾ,
ನನ್ನ ಪಟವನ್ನೂ ಗೆಲ್ಲಿಸೋ ಆಸೆ ನಿನಗೆ !

- ಶಮಾ ಶಾಸ್ತ್ರಿ
28.07.2001

ಕಾಣೆ ಆದಾಗ ಕಂಡದ್ದು

ಅರಳಿಸಿದ ದುಂಬಿಗಿಂತ,
ಒಡನಾಡಿದ ಹೂಗಳಿಗಿಂತ,
ಬೇರು ಅತ್ಯಾಪ್ಯ ಸನಿಹ
ಎನಿಸಿದ್ದು, ಕಾಣೆಯಾದಾಗ...

ಕಂಡುಕೊಂಡ ಸತ್ಯವೆಲ್ಲಾ
ನಂಬಿಕೊಂಡಿದ್ದರ ವಿರುದ್ಧ;
ಹೊರಗಿದ್ದ ನಂಬಿಕೆ ಒಳಗೇ
ತಿರುಗಿದ್ದು, ಕಾಣೆಯಾದಾಗ...

ನರಳಿಸುವ ತಿರುವುಗಳಲ್ಲಿ,
ಕಾಪಾಡೋ ಸಿದ್ಧಾಂತಗಳಲ್ಲಿ,
ಅಪ್ಪನ ಸಹಿಗಳೇ ಎಲ್ಲದರಲ್ಲಿ
ಮೂಡಿದ್ದು, ಕಾಣೆಯಾದಾಗ...

ಅಟ್ಟಿದ ಅದೇ ಅಂಗಳದಲಿ

ಆತ್ಮಗಳು ಸಾಕ್ಷಿಗೆ ಮರಳಲೆಂದು;

ಕಾಣೆಯಾದಾಗ ಕಂಡ ರತ್ನಗಳ –

ಮಾಲೆ ತೊಟ್ಟು ನಿಂತಿಹೆನು ಕಾದು.

– <ಸಾವಿ3

07.01.2012

ತಾಯಿ ಎಲ್ಲಿಹಳು ??

೧

ಹಾಲು ಮುಗಿದು ರಕ್ತದ ವರೆಗೂ
ಮೊಲೆ ಉಂಡ ಕೂಸುಗಳಿವೆ;
ತಾಯಿ, ಎಲ್ಲವನ್ನೂ ಸಹಿಸ್ತಾಳೆ...
ದಾಹ ಮೀರಿ, ದುಡ್ಡಿಗಾಗಿ
ಭೂಮಿ ಬಗೆವವರಿದ್ದಾರೆ
ತಾಯಿ, ಎಲ್ಲವನ್ನೂ ಕ್ಷಮಿಸ್ತಾಳೆ...

೨

ಹೊರದೇ ಹೆರದೆಯೇ ಕರುಳ ಮೀರಿ
ಕೃಷ್ಣ ಪರಮಾತ್ಮನ ಸಲಹುತ್ತಲೇ
ತಾಯಿ ಯಶೋಧೆ ಲೋಕಪ್ರಿಯೆ...
ಸಾವು ಮೀರಿ ನೋವ ನುಂಗಿ
ಹಡೆದರೂ ಮರೆಯಲ್ಲೇ ಬೆಂದ
ತಾಯಿ ದೇವಕಿಗೂ ಇದೆ ಮನ್ನಣೆ...

೩

ತನ್ನ ಮೀರಿ ಪರರ ಸುಖ ಬಯಸುವ,

ನೋವ ಮೀರಿ ನಕ್ಕು ನಲಿವ -

ತಾಯಿ ನಿಮ್ಮ ನಮ್ಮೆಲ್ಲರಲ್ಲೂ ಇಹಳು;

ಗಂಡಾದರೇನು ಹೆಣ್ಣಾದರೇನು,

ಇನ್ನೊಂದು ಜೀವಕ್ಕಾಗಿ ತುಡಿತವಿರೇ

ತಾಯಿ ಅಲ್ಲೇ ಅದರಲ್ಲೇ ನೆಲೆಸಿಹಳು.

- ಶಮ್ಮಾ

12.05.2019

ಕಲ್ಪನೆಗೊಂದು ಅರ್ಜಿ

ಅಮ್ಮನಿಗೆ ಈಗೀಗ ನಿದ್ದೆಯೇ ಇಲ್ಲ;
ಬೆರೆಸವಳ ಮೆದುಳಲ್ಲಿ ಮಾಯೆಯ
ಗುಟುಕೆರೆಡೆ ಎರೆದು; ಮರೆವಂತೆ
ಚಿಂತೆ ಮುಂಜಾನೆ ವರೆಗು...

ಬಗೆದಷ್ಟೂ ಹರಿವ ಸೆಲೆ ನೀನು,
ಕಾಲವನೆ ಮೈಮರೆಸೋ ನೀನು,
ಒಂದಿಷ್ಟು ನಾ ಕರೆದೆಡೆಗೆ
ಹರಿಯಲೊಲ್ಲೆಯೇನು !

ಕೂತಲ್ಲೇ ಕೊರಗಿ ಸೊರಗಿಹಳು;
ರೆಕ್ಕೆಗಳ ಹಚ್ಚು ಸೋತ ಭುಜಗಳಿಗೆ;
ಕುಗ್ಗಿಸುವರ ಮಾತು ಕಿವುಡಾಗಿಸಿ,
ಮಂಡಿ ನೋವ್-ಮೀರಿ ಹಾರುವಂತೆ...

ದೇವೀ ಸರಸತಿಯ ಆತ್ಮವೇ ನೀನು,

ಕವಿ ಕಲಾವಿದರ ಉಸಿರು ನೀನು,

ಕಂದ ನಾನಾಗಿ ಬೇಡಿದರೆ ನೆಮ್ಮದಿಯ

ಅವಳಿಗಾಗಿ, ಒಲಿಯಲೊಲ್ಲೆಯೇನು !

- ಶಮಾ ಶಾಸ್ತ್ರಿ

14.02.2018

ಗಣಿ - ಗಟ್ಟಿ

ಸುಖವಿತ್ತು ಮೆಕ್ಕಲು ಮಣ್ಣಲ್ಲಿನ ವಾಸ,
ತಾಯ ತೊರೆಸಿ, ಕೆಡಹಿ ಕಾದ ಕುಲುಮೆಗೆ
ಗಟ್ಟಿ ಮೇಳವನೂದಿಸಿ, ಕಟ್ಟಿ ತಾಮ್ರಕ್ಕೆ
ಚಿತ್ತಾರ ಕೊರೆದು ಮಾಲೆಯಾಗಿಸಿದರೆನ್ನ.

ಅವಿತಿದ್ದಿದ್ದರೆ ಅಮ್ಮನ ಸೆರಗಿನಲ್ಲೇ,
ಭಾರೀ ನಷ್ಟವಾಗುತ್ತಿತ್ತು ಭಾಮೆಯರಿಗೆ,
ಸೌಂದರ್ಯ ಬಣ್ಣಿಪ ಕವಿ ಮನಗಳಿಗೆ,
ನನ್ನ ಹಾಯಾಗಿರಿಸೋ ಮೃಧು ಪೆಠಾರಿಗೆ !

ಶ್ರಮಿಸಿ, ಕೈಗೂಡದ ಕಾಮನೆಗಳನ್ನೆಲ್ಲ -
ಈಸಿ, ಜನಪ್ರಿಯನಾಗೋ ಕಲೆಗಾರನಂತೆ -
ಬೆಂದು ಸೊರಗಿ ಸಿರಿ ಸಿಂಗಾರಿಯಾದ,
ಗಣಿಯಿಂದ ಗಟ್ಟಿಯ ವರೆಗಿನ ನನ್ನ ಕಥೆ !

ಶಮಾ ಶಾಸ್ತ್ರಿ
2006

ಅಪ್ಪ ಕೊಡಿಸಿದ್ದು ಒಂದೇ ಪುಸ್ತಕ

ಅಪ್ಪ ಕೊಡಿಸಿದ್ದು ಒಂದೇ ಪುಸ್ತಕ -
ಇಬ್ಬರೂ ಒಟ್ಟಿಗೆ ಓದಿಕೊಳ್ಳೋಕ್ಕೆ;
ಮೊದಲೈದು ಅಧ್ಯಾಯ ದಕ್ಕಲಿಲ್ಲ;
ಸಂಪೂರ್ಣ ಓದಿದವ ನೀನೆನಿಸಿಕೊಂಡೆ !

ನಾ ತೊದಲು ನುಡಿವಾಗ, ನೀ
ಪಳಗಿದ ವೇಗದ ಓದುಗಾರ;
ಪುಟ ತಿರುವುವ ಆತುರ ನಿನಗೆ;
ಪದಗಳ ರಸ ಸವಿಯೋ ಆಸೆ ನನಗೆ !

ಓದುತ್ತಾ ಓಡಿದ ನಿನ್ನ ಹಿಡಿಯೋ -
ಭರದಲ್ಲಿ ನಾ ಓದಿದ್ದರ ಘಮ ಮಾಯ !
ಪುಸ್ತಕದ ಪ್ರತಿ ಮಾಡಿಸಿ ಕೊಡಲು -
ಕೇಳೋಣ ಎಂದರೆ ಅಪ್ಪನೇ ಮಾಯ !

ದಿನಕೊಂದು ಕ್ಷಣಕೊಂದು ಏನೇನೋ -

ಮೊದಲೈದು ಅಧ್ಯಾಯಗಳ ಬಗ್ಗೆ,

ಊಹಿಸುತ್ತಾ ಕಲ್ಪಿಸುತ್ತಾ ಸೋತೆ;

ಅಪ್ಪಾ ಕೊಡಿಸಿದ ಪುಸ್ತಕ ಮಾತ್ರ ಒಂದೇ !

- ಶಮಾ ಶಾಸ್ತ್ರಿ

21.06.2021

Milton Keynes UK
Ingram Content Group UK Ltd.
UKHW040439031224
452051UK00005B/31